பிரான்சு நிஜமும் நிழலும் – 1

பிரான்சு நிஜமும் நிழலும் — 1

நாகரத்தினம் கிருஷ்ணா

எழுத்து பிரசுரம்

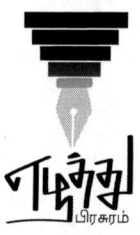

Title: France Nijamum Nizhalum
Author's Name: Nagarathinam Krishna
Copyright © Nagarathinam Krishna2023
Published by Ezutthu Prachuram

All rights reserved. No part of this publication may be reproduced, stored in a retrieval system, or transmitted, in any form or by any means, electronic, mechanical, photocopying, recording, psychic, or otherwise, without the prior permission of the publishers.

Ezutthu Prachuram
(An imprint of Zero Degree Publishing)
No. 55(7), R Block, 6th Avenue,
Anna Nagar,
Chennai - 600 040

Website: www.zerodegreepublishing.com
E Mail id: zerodegreepublishing@gmail.com
Phone: 89250 61999

Ezutthu Prachuram First Edition: February 2023
ISBN: 978-93-95511-08-7
TITLE NO EP: 420

Rs. 125/-

Cover Design & Layout: Vijayan, Creative Studio
Printed at Clictoprint, Chennai, India.

முன்னுரை

காலை பத்து மணி. விலை உயர்ந்த ஆடை ஆபரணங்கள், வாசனைத் தைலங்கள் விற்பனைக்குப் பிரசித்தமான பாரீஸின் புகழ்பெற்ற ஷான்ஸெலிஸே (Champs-Elysées) அவென்யு. மேட்டுக்குடி உல்லாசப் பயணிகள் அதிகம் புழங்குகிற இடம். சீனக் குடியரசைச் சேர்ந்த உல்லாசப் பயணிகளைச் சுமந்துவந்த பேருந்தொன்று சட்டென்று பிரேக் அடித்துக் குலுங்கி நிற்கிறது, முன் கதவு பக்கவாட்டில் ஒதுங்கியதும், சொர்க்கவாசல் திறக்கப்பட்ட சந்தோஷத்தில் இறங்குகிறார்கள். ஷாப்பிங் நேரத்தை வீணாக்கிவிடக்கூடாது என்பதுபோல வேகமாக அவரவருக்கு விருப்பமான கடைகளுக்குள் நுழைகிறார்கள். தங்கள் உருப்படியான நோக்கம் நிறைவேறிய திருப்தியுடன் நான்கைந்து மணிநேரம் கழித்துத் திரும்புகிறார்கள். ஒவ்வொருவர் கையிலும் பிரார்த்தனைபோல உலகின் பிரசித்திபெற்ற நிறுவனங்களின் வர்த்தகக்குறி கொண்ட பைகள் (சராசரியாக நபர் ஒன்றுக்கு 2011ம் ஆண்டின் கணக்குப்படி 1470 யூரோ வரை சீனர்கள் இங்கே செலவிடுவதாக ஒரு புள்ளிவிவரம் தெரிவிக்கிறது). அவர்களை இடைமறிக்கும் பாரீஸ்வாழ் சீனர்கள் குழுவொன்று

சீன மொழியில் அச்சிட்ட நாளிதழை இலவசமென்று கொடுக்க முன்வருகிறது. ஆனால் பேருந்துகளில் வந்தவர்களோ அந்த நாளிதழை வாங்க மறுப்பதோடு, ஒருவகையான அச்ச முகபாவத்துடன் பேருந்தில் ஏறுகிறார்கள். செய்தித்தாளின் பெயர் *"The Epoch Times"*. சீனாவில் தடைசெய்யப்பட்டுள்ள நாளிதழ். மக்கள் குடியரசு என்று சொல்லிக்கொள்ளும் சீன நாட்டிலிருந்து உல்லாசப் பயணிகளாக வந்தவர்கள் பயணம் வந்த இடத்தில்கூட வாய்திறக்க அஞ்ச, பிரான்சு நாட்டிற்கு அகதிகளாக வந்தவர்களுக்கு தங்கள் குரலை வெளிப்படுத்தவும், அச்சில் பதித்துப் பகிர்ந்துகொள்ளவும் உரிமை இருக்கிறது.

மற்றொரு காட்சி: Ernst & Young என்ற அமைப்பும், *L'express* தினசரியும் ஆண்டுதோறும் வழங்கும் 'சிறந்த தொழிலதிபர்' விருதை *'Mohed Altrad'* என்பவர் வென்றார். இச்செய்தியைப் பிரெஞ்சு தினசரிகள் பெருமிதத்துடன் தெரிவித்தன. ஆனால் இவருடைய பூர்வீகத்தைத் தெரிவிக்க ஆர்வம் காட்டவில்லை. அவர்கள் விரும்பவில்லை என்பதால் உண்மை இல்லை என்றாகிவிடுமா? விருதை வென்றவர் ஓர் இஸ்லாமியர், சிரியாவிலிருந்து பிரான்சுக்கு வந்தவர், உழைத்து முன்னேறியவர். அவர் இஸ்லாமியர் என்றாலும் பிரான்சு நாட்டின் புகழுக்குக் காரணமாக இருக்கிறார் எனவே பிரெஞ்சுக்காரர்களுக்கு வேண்டியவர். மற்றொரு சம்பவத்தில் வேறொரு காட்சி: ஓர் அமெரிக்க விமான நிறுவனம் தனது நாட்டிற்குப் பயணம் செய்யவிருந்த 'மெதி' *(Mehdi)* என்ற இளைஞரிடம் துர்வாசம் இருப்பதாகக் கூறி பாரீஸ் விமானத்தளத்தில் இறக்கிவிட்டது. செய்தி வாசித்தவர்கள் அவர் ஒரு பிரெஞ்சுக்காரர் அல்லது பிரெஞ்சு குடியுரிமை பெற்றவர் என்பதைச் சாதுர்யமாகத் தவிர்த்து, அவர் அல்ஜீரிய நாட்டைச் சேர்ந்தவர் என்ற சொல்லை உபயோகித்தார்கள். பிரெஞ்சுக்காரர்களின் விசித்திரமான இந்த மனப்போக்கையும் நாம் புரிந்துகொள்ள வேண்டியவர்களாக இருக்கிறோம்.

மேற்கத்திய நாடுகள் என்றால் என்ன? பிரான்சும் பிரிட்டனும் பூமிப்பந்தின் எப்பகுதியில் இருக்கின்றன? என்பதை

அறியாத வயதில் கிராமத்திலிருந்து மூன்று கல் நடந்து, பேருந்து பிடித்து அரைமணி ஓட்டத்திற்குப் பிறகு “அஜந்தா டாக்கீஸ் பாலமெல்லாம் இறங்கு” என்று நடத்துனர் கூவலில் அறிமுகமான புதுச்சேரிதான் அப்போது எனக்குப் பிரான்சாகத் தெரிந்தது. புதுச்சேரியைப்பற்றி ஓரளவு நினைவுபடுத்த முடிவது 1962ம் ஆண்டிலிருந்து. எங்கள் கிராமத்திற்கும் புதுச்சேரிக்கும் நெருக்கம் அதிகம். பெரும்பாலான உறவினர்கள் புதுச்சேரியில் இருந்தார்கள். உறவினர்களுக்கு கிராமத்தில் நிலங்கள் இருந்தன. அறுவடைக் காலங்களில் எங்கள்வீட்டில் தங்கிவிட்டுக் கிளம்பிப்போவார்கள். அவர்கள் வீட்டிற்கு நாங்களும் போவதுண்டு. அப்படித்தான் புதுச்சேரி அறிமுகமானது. நேருவீதிக்கு வடக்கே இருந்த உறவினர்கள் வசதிபடைத்த குடும்பங்கள், *Notaire* ஆகவும், *Huissier* ஆகவும் இருந்தனர் மாறாக நேரு வீதிக்கு தெற்கே இருந்தவர்கள் பால் வியாபாரம் செய்பவர்கள் (புதுச்சேரி வரலாறறிந்த ஆனந்தரங்கப்பிள்ளை குடும்பமும், தமிழிலிருந்து பிரெஞ்சுக்கு சில பக்தி இலக்கியங்களை மொழிபெயர்த்த தேசிகப்பிள்ளை குடும்பமும் இதற்கு விதிவிலக்கு). புதுச்சேரிக்குச் செல்லும்போதெல்லாம் பிரெஞ்சு கலாச்சாரத்தைப் பிரித்துணர முடியாத வயதென்றாலும், திண்டிவனம், கடலூர், விழுப்புரம் ஆகியவற்றிலிருந்து புதுச்சேரி வேறுபட்டது என்பதை விளங்கிக்கொண்டிருந்தேன். இந்த வேறுபாட்டை வலியுறுத்திய தனிமங்களில் கள்ளுக்கடை, சாராயக் கடைகள்; அரைக்கால் சட்டையில் மஞ்சள் தொடைதெரிய சைக்கிளில் செல்லும் திரட்சியான ஆஸ்ரமத்துப் பெண்களும் அடக்கம். தொடக்கப்பள்ளிக்கே கூட பக்கத்து கிராமத்திற்குப் போகவேண்டியிருந்த நிலையில், நாங்கள் அம்மம்மா என்று அழைத்த அம்மா வழி பாட்டியுடன் 60களில் புதுச்சேரியில் தங்கிப் படிக்கலானோம். காந்திவீதியின் தொடக்கத்தில் ஐந்தாம் எண் வீடு. புதுச்சேரி சற்றுக் கூடுதலாக அறிமுகமானது அப்போதுதான். ராஜா பண்டிகையும், மாசிமகமும், கல்லறைத் திருவிழாவும், பிரெஞ்சு மொழியில் கர்னவால் என்கிற கேளிக்கை ஊர்வலமும் பிரமிப்பைத் தந்தன. நாங்கள் குடியிருந்த வீட்டிற்குச் சொந்தக்காரர் பிரெஞ்சு காவல்துறையில் பணியாற்றியவர், அவர் ‘சிப்பாய்’ ஆக

இருந்தபோது எடுத்துக்கொண்ட படத்தைப் பெருமையுடன் காட்டியிருக்கிறார். ஒவ்வொரு வருடமும் *‘14 juillet’* (பஸ்த்தி சிறையை பிரெஞ்சு பிரெஞ்சுப் புரட்சியின்போது கைப்பற்றிய தினம் இன்று தேச விடுதலை நாளாகக் கொண்டாடப்படுகிறது.) அன்று புதுச்சேரியில் விழா எடுப்பார்கள். தொடர்ந்து பிரெஞ்சு தூதரகத்தில், சிறிய அளவிலான விருந்திருக்கும், அவ்விருந்திற்கு குடியிருந்த வீட்டுக்காரரர் அழைப்பினைப் பெற்றிருப்பார், என்னையும் அழைத்துச் செல்வார். அவர் ஷாம்பெய்ன் அருந்துவதில் ஆர்வத்துடன் இருக்க, எனது கவனம் கொறிக்கின்ற பொருட்கள் மீது இருக்கும். பிரெஞ்சுக்காரர்களையும் அவர்கள் பேசிய பிரெஞ்சு மொழியையும் பிரமிப்புடன் அவதானித்த காலம் அது. நான் தமிழ்நாட்டைச் சேர்ந்தவனாக இருந்தாலும், கல்வி, பணி, மனம் அனைத்தும் புதுச்சேரியோடு என்றானது. எனது மனைவி உறவுக்காரப்பெண். அவருக்கு பிரெஞ்சுக் குடியுரிமை இருந்தது. அவரால் எனக்கும் கிடைத்தது. எனினும் வருவாய்த்துறை பணியைத் துறக்க சங்கடப்பட்டேன். ஏதோ ஒரு துணிச்சலில் புதுச்சேரி அரசுப் பணியைத் துறந்துவிட்டு இங்கு வந்தது சரியா என்ற கேள்வி இன்றைக்கும் இருக்கிறது. எனினும் தொடக்கத்தில் இருந்த உறுத்தல்கள் வெகுவாகக் குறைந்திருக்கின்றன. பிரான்ஸ் நாட்டில் சட்டத்தை மதித்தால் சங்கடங்கள் இல்லை.

அமெரிக்காவும் (வட அமெரிக்கா) மேற்குலகும், நாம் விரும்பினாலும் விரும்பாவிடினும் நவீன யுகத்தின் *‘Avant-gard-istes’*கள். நமது அன்றாடம் அவர்களால் எழுதப்பட்டது, எழுதப்படுகிறது. காலையில் கண்விழிப்பது முதல் இரவு உறங்கப்போவதுவரை சிந்தனை, உணவு, நுகர்வு, தகவல் தொடர்பு, காட்சி, கலை இலக்கியம் இப்படி மனித இயக்கத்தின் எந்தவொரு அசைவிலும் மேற்கத்தியரின் தாக்கம் இருக்கிறது. நூறு குறைகள் இருப்பினும் மானுடத்திற்கு ஆயிரமாயிரம் நன்மைகள். மூச்சுக்கு முன்னூறுமுறை அமெரிக்காவையும் மேற்கத்தியர்களையும் திட்டிவிட்டு, பிள்ளைகளைப் பொறுப்பாக ஏகாதிபத்தியத்திடம் ஒப்படைத்தபின் தங்கள் விசாவுக்காகக் கால்கடுக்க அவர்களின் தூதரகத்தில்

காத்திருக்கும் காம்ரேட்டுகள் இருக்கிறார்கள். எனக்குத் தெரிந்த புதுச்சேரி இடதுசாரி தோழர், தன் மகளையும் மருமகனையும் பிரான்சுக்கு அனுப்பிவைத்து, இந்திய டெலிவிஷன் கூடாதென்று பிரான்சிலிருந்து துடைப்பம், டெலிவிஷன் என்று வாங்கிக்கொண்டு சென்னை விமான நிலையத்தில் இறங்கினார். எதிரிகள்கூட மேற்கத்தியரிடம் கடனாகவோ விலைக்கோ பெற்ற வாளைத்தான் அவர்களுக்கு எதிராகச் சுழற்றவேண்டியிருக்கிறது.

வரலாறு என்பது வெற்றி பெற்றவர்களால் எழுதப்படுவது. ஐக்கிய நாட்டு சபையில் ஐந்து நாடுகள் நிரந்தர உறுப்பினர்கள். இந்த ஐவரில் சீனா நீங்கலாக மற்றவர்கள் இரண்டாம் உலகப்போரில் வெற்றிபெற்ற அணியைச் சேர்ந்தவர்கள். இனி மற்றொரு உலக யுத்தத்தை இப்பூமி தாங்காது எனத் தீர்மானித்தபோது, வெற்றி பெற்றவர்களே அதற்கான பொறுப்பையும் ஏற்றார்கள். அமெரிக்கா போல சீனா போல அல்லது ஒன்றிணைந்த சோவியத் யூனியன்போலப் பெரிய நாடுகள் என்று சொல்ல முடியாவிட்டாலும், காலனி ஆதிக்கத்தால் உலகின் பரந்த நிலப்பரப்பைத் தமது ஆளுகைக்கு உட்படுத்தியிருந்த பிரிட்டனும் பிரான்சும் ஐநா சபையில் நிரந்தர உறுப்பினர்கள் ஆனார்கள். அதனை இன்றுவரை கட்டிக்காக்கும் வல்லமை அவர்களிடம் இருக்கிறது. வல்லரசு என்றால் பொருளாதாரமும் ராணுவமும் என்றும் பலரும் நம்பிக்கொண்டிருக்க கலையும் இலக்கியமுங்கூட ஒரு நாட்டின் வல்லரசுக்கான இலக்கணங்கள் என இயங்குவதாலேயே, இன்றளவும் தனித்துவத்துடன் நிற்கின்றனர். அனைத்துத் துறைகளிலும் நித்தம் நித்தம் புதுமைகளை விதைத்தவண்ணம் இருக்கிறார்கள். யுகத்தோடு பொருந்தக்கூடிய, யுகத்தின் தேவைகளைப் பூர்த்திசெய்ய வல்லது எதுவோ அதை மட்டுமே மனித இனம் பூஜிக்கிறது, அதை அளிப்பவர்களையே கொண்டாடுகிறது. 'Survival of the fittest' என்பது நிரந்தர உண்மை. அதன் சூட்சமத்தை மேற்கத்தியர்கள் நன்றாகவே புரிந்துவைத்திருக்கிறார்கள் என்பதென் அனுமானம்.

பெருமைகளைப் பற்றிப் பேசுகிறபோது, அதன் சிறுமைகளைப் பற்றியும் பேசத்தான் வேண்டும். பிரான்சு அப்பழுக்கற்ற நாடு அல்ல. 30 ஆண்டுகால பிரான்சு வாழ்க்கை பல ஏமாற்றங்களையும் தந்துள்ளது. அரசுக்குமேல் அதிகாரம் படைத்திருந்த மதத்தை எதிர்த்து சுதந்திரத்தின் மேன்மையை ருசிக்கவைத்த வொல்தேர் பிறந்த மண்ணில்தான் அச் சுதந்திரம் அனைவருக்குமானதல்ல, ஐரோப்பியருக்கு மட்டுமே பொருந்தும் என்று வாதிடக்கூடிய அறிவுஜீவிகளையும் பார்க்கிறேன். அலுவலகங்களில், அன்றாடப் பயணங்களில், உரிமைகளைக் கேட்டு நிற்கிறபோது குடியுரிமையைக் கடந்து எனது நிறமும், பூர்வீகமும் எனக்கான உரிமையைப் பறிப்பதில் முன்நிற்கின்றன. எனினும் இது அன்றாடப் பிரச்சினைகள் அல்ல ஆடிக்கொருமுறை அமாவசைக்கொருமுறை நிகழ்வது. சொந்த நாட்டில் சொந்த மனிதர்களால், ஒரு தமிழன் இன்னொரு தமிழரை அல்லது தமிழச்சியை நிறம், பொருள், சாதி, சமயம், செல்வாக்கு அடிப்படையில் நிராகரிப்பதை ஒப்பிடுகிறபோது இது தேவலாம்போல இருக்கிறது. இங்கே உழைப்பும் திறனும் மதிக்கப்படுகின்றன. இன்றைக்கும் ஏதொவொரு காரணத்தை முன்வைத்து ஒவ்வொரு நாளும் ஆயிரக்கணக்கானவர்கள் மேற்கத்திய நாடுகளைத் தேடி வருகிறார்கள்

உலகத் தினசரிகளில் அமெரிக்கா பிரிட்டனுக்கு அடுத்தபடியாக ஏதோவொரு காரணத்தால் செய்தியில் பிரான்சு இடம் பெறுகிறது. உலக நாடுகளில் அதிகம் சுற்றுலாப் பயணிகளை ஈர்க்கிற நகரமாக பாரீஸ் இருப்பதைப்போலவே, உலக நாடுகளின் தலைவர்களுக்கு பிரான்சு அதிபர் அழைப்பும், பாரீஸ் நகரில் கால்பதிப்பதும் கனவாக இருக்கிறது. ஐக்கிய நாட்டு சபையின் நிரந்தர உறுப்புநாடாக இருப்பதைப் போலவே, உலக நாடுகளின் நலன் கருதி (?) இயங்குகிற அத்தனை அமைப்புகளிலும் (எதிரெதிர் அணிகளிலுங்கூட) பிரான்சு இடம்பெற்றிருப்பதென்பது ‘புவிசார் அரசியலில்’ இந்நாட்டுக்குள்ள முக்கியத்துவத்தைத் தெரிவிக்கிறது. உலகமெங்கும் பிரெஞ்சு மொழி பேசுகிறவர்கள் இருக்கிறார்கள். ஆங்கிலத்திற்கு நிகராக அல்லது ஆங்கிலத்திற்கு அடுத்தபடியாக

பரவலாகப் பேசப்படும், கற்கப்படும் முக்கிய மொழிகளில் பிரெஞ்சும் ஒன்று. உலகில் அதிக மக்களால் பேசப்படுகிற மொழியெனச் சொல்லப்படும் மாண்டரின், இந்தி, ஸ்பானிஷ், அரபு மொழிகளைக் காட்டிலும் செல்வாக்குள்ள மொழி. அதுபோல நாம் முழக்கங்களாக மட்டுமே அறிந்த கடமையும், கண்ணியமும், கட்டுப்பாடும் மக்களின் மூச்சுக்காற்றாக இருப்பதும் பிரெஞ்சு சமூகத்தின் வெற்றிக்குக் காரணம். பிரான்சு நாட்டின் நிலம், நீர் மலைகள், பூத்துக் குலுங்கும் கிராமங்கள், பரந்த வயல்வெளிகள், நகரங்கள், கிராமங்கள், பனிப் பூச்சொரியும் குளிர்காலம், பூத்து மணம் பரப்பும் வசந்தம், சிலுசிலுக்கும் காற்று, இதமான வெயில் ரெம்போவின் கவிதைகள், குளோது மொனேயின் ஓவியங்கள், புதுப் புது நுட்பங்களையும் ரசனைகளையும் படைப்பிலக்கியத்தில் கொண்டுவந்த எழுத்தாளர்கள், கலைஞர்கள், சேனல் 5 பர்ப்யூம், பொர்தோ ஒயின், பிரெஞ்சு பாலாடைக்கட்டிகள், ஏர்பஸ், சேன் நதி, லூவ்ரு, லூர்து என்று ஒரு மாமாங்கத்திற்கு பிரான்சு பற்றிச் சொல்ல இருக்கின்றன.

நாகரத்தினம் கிருஷ்ணா
ஸ்ட்ராஸ்பூர்
nakrishna@live.fr
08/08/2022

பொருளடக்கம்

முன்னுரை 5

I

1. பிரெஞ்சு மக்களும் பண்பாடும் 17
2. பிரெஞ்சு மக்கள் 45
3. பிரெஞ்சுக் குடிமக்களும் ஆட்சியாளர்களும் 53
4. ஆக்கலும் அழித்தலும் 58
5. கனாக் (Kanak) போராளிகள் 64

II

1. கலையும் இலக்கியமும் 73

I

1. பிரெஞ்சு மக்களும் பண்பாடும்

கேள்வி ஞானம் என்ற சொல்லைப் பலரும் அறிந்திருக்கிறோம். இக் கேள்வி ஞானம் அவரவர் பெறமுடிந்த தகவல்களின் அடிப்படையிலும், அத்தகவல்களைப் பெற்ற நபரின் கற்பனை வளத்தைப் பொறுத்தும் உருவாவது. பிரான்சு நாட்டைப் பற்றியும் அப்படியொரு கருத்தினை நீங்கள் வைத்திருக்கலாம். அக்கருத்திற்கு வலு சேர்ப்பதோ அல்லது அதனைப் பலவீனப்படுத்துவதோ எனது நோக்கமல்ல. கிராமங்களில் பையன்கள் விளையாட உத்தி பிரிக்கும்போது, தன்னோடு வந்திருக்கும் புதிய பையனை அறிமுகப்படுத்த நினைக்கிற ஒருவன், "கூழுப்பிள்ளை (உபயம் - கந்தர்வன் சிறுகதை) வீட்டுக்கு வந்திருக்கான்டா" என்பான். அந்தப் பையன் 'கூழுப்பிள்ளை' வீட்டிற்கு விருந்தாளியாக வந்திருப்பான், இருந்தும் பையன்கள் பார்வை சட்டென்று அவன் வயிற்றில் இறங்கும். அவன் வயிறும் கூழுப்பிள்ளை வீட்டு ஆண்களைப்போலவே பெருவயிறாக இருக்கவேண்டும் என்று அவர்கள் மனது தீர்மானித்ததை, பார்வையால் உறுதிசெய்துகொள்ளும் முனைப்பு அக்கண்களில் தெரியும். "கூழுப்பிள்ளை வீடு" என்ற அடைமொழி சிறுகச் சிறுகக் கட்டிய குளவிக்கூடு. அப்பையனைப்பற்றிய அசலான புரிதல் அவர்களிடத்தில் நிகழும்வரை அவ்விடத்தைக் 'கூழுப்பிள்ளை வீடு' என்ற சொல் நிரப்பும்.

நாடுகளும் அதுபோன்றவைதான். ஒரு ஆண் அல்லது பெண்ணின் ஆகிருதியை, தனித்தன்மையை, பலத்தை, பலவீனத்தை முதலிற் கட்டமைப்பதில் சமூகத்தைப்போல அவன் பிறந்த மண்ணிற்கும், நாட்டிற்கும் பங்கிருக்கிறது. பிரான்சு என்றதும் உங்கள் மனதில் என்ன தோன்றுகிறது? பார்த்த திரைப்படங்கள், படித்த புத்தகங்கள், மேற்கு நாடுகளில் அதுவுமொன்று என்ற உண்மையையொட்டிய கற்பனைகள்; புதுச்சேரிவாசியாக இருந்து பிரெஞ்சு ராணுவத்தில் பணிபுரிந்த முன்னாள் ராணுவ வீரர்களிடம் உரையாடிய அனுபவமிருப்பின் அவர்கள் திரித்த கயிறுகள், உங்கள் சொந்தக் கற்பனை என அனைத்தும் சேர்ந்து ஒருவகையான சித்திரத்தைத் தீட்டியிருக்கும். பின்னர் சித்திரத்தின் பருமனைப் பெருக்கிப் பார்ப்பதும், குறைத்துப் பார்ப்பதும் உங்களின் கற்பனையையும் அக்கற்பனைக்கான சூழலையும் பொறுத்தது. பிரெஞ்சுக்காரன், அமெரிக்கன், இந்தியன், போலந்துவாசி, உகாண்டாக்காரன், பாகிஸ்தானியன் என்கிற நாட்டு அடையாளம் மனிதர்கள் பற்றிய முதல் புரிதலைத் தொடங்கிவைக்கின்றன. ஒரு மண்ணின் பெருமையும் சிறுமையும், அதன் வரலாறும் அறிவியல் முன்னேற்றமும், சாதனைகளும், சாபங்களும் அம்மண்ணின் குடிகளை நிழல்போல சாகும் வரை துரத்துகின்றன. இதற்கு வேர் எது? பிரான்சுக்கும் அமெரிக்காவிற்கும், இந்தியாவிற்கும், பாகிஸ்தானுக்குமான கல்யான குணங்கள் எங்கிருந்து வந்தன. *Rome wasn't built in a day* என்பதுபோல சிறுகச் சிறுக அதனைக் கட்டியெழுப்பியவர்கள் வேறு யாருமல்ல அவர்களும் அந்நாட்டின் குடிகள்தான். இன்றைய இந்தியனின், பாகிஸ்தானியன் அல்லது பிரெஞ்சுக்காரனின் பெருமை சிறுமை இரண்டிற்குமே அவரவர் முன்னோர்கள்தான் பொறுப்பு. தீதும் நன்றும் பிறர் தர வருவதில்லை.

உலகில் எப்பகுதியில் வசிக்க நேரினும் மனிதர்களுக்கான அடிப்படை உயிரியல் தேவைகளில் பேதமில்லை. பசி வந்தால் உண்பதும், இயற்கை உபாதைகளுக்கு வழி செய்து கொடுப்பதும், புலன்களைப் பயன்படுத்துவதிலும் மனித விலங்குகளிடை பேதமில்லை. எனினும் பண்பாடு வேறு, அது வாழ்வியக்கத்தின்

விழுமியம். மனிதனுக்கு மனிதன் அது வேறுபடுவதைப்போலவே, சமூகம், இனம், நாடு சார்ந்து வேறுபடுவதுண்டு. ஓர் இடத்தில் நிலையாய் வாழ்ந்துகொண்டிருக்கிற மக்கள் தங்களிடத்தில் ஏற்படுத்திக்கொள்கிற வாழ்க்கை நெறிகளின் தொகுப்பென்றும் பண்பாட்டைக் கூறலாம். கல்வி, சிந்தனை, அவன் சார்ந்த சமூகத்தின் தேவைகள், புவிசார் காரணிகள் ஒன்றிணைந்து உருவாக்கிய மரபு. உண்பது உயிரியல் தேவையெனில், எதை உண்பது? எப்படி உண்பது? எவருடன் உண்பது, உண்ணும்போது செய்யவேண்டியதென்ன செய்யக்கூடாதது என்ன? என்பதெல்லாம் பண்புகளாகப் பார்க்கப்படுகின்றன. ஆக மானுடத்திற்குப் பொதுவான அடிப்படைத் தேவைகளை நிறைவேற்றிக்கொள்வதில் பண்பாடுகள் குறுக்கிடுகின்றன. ஒரு சமூகத்தின் பண்பாடு மற்றொரு சமூகத்திற்கு வியப்பைத் தரலாம், முதுகுத் தண்டைச் சில்லிட வைக்கலாம். ஒரு சமூகத்தின் பண்பாட்டை மற்றொரு சமூகத்தின் பண்பாட்டின் அடைப்படையில் உயர்வென்றோ தாழ்வென்றோ பொதுவில் வரமுடியாது. செவ்விந்தியர்களுக்கும், மலைவாழ்மக்களுக்கும் நகர சார் மக்களின் பண்பாடுகள் தாழ்ந்தவை என நினைக்க உரிமைகள் இருக்கின்றன. பல நூறு ஆண்டுகால காலனி ஆதிக்கம், அறிவியல் முன்னேற்றத்தின் அசுர வளர்ச்சி, ஊடகம், தகவல் மற்றும் போக்குவரத்துத் துறையில் ஏற்பட்டுள்ள முன்னேற்றம், உலகமயமாக்கல் என பலவும் அண்மைக்காலங்களில் ஒற்றைப் பண்பாட்டை நோக்கி உலகம் பயணித்துக்கொண்டிருக்கக் காரணமென்ற சூழலில் பிரெஞ்சு பண்பாட்டில் நாம் தெரிந்துகொள்ள என்ன இருக்கிறதென பார்க்கலாம்:

அ. மரியாதை, நாகரிகம், உபசாரம்:

ஓர் அந்நியனாக இருந்துகொண்டு பிரெஞ்சுக்காரர்களிடம் நான் பார்க்கும் குணம்: நேரம் தவறாமை, சட்டத்தை மதித்தல், எளிமை, வேலை நேரத்தை வேலைக்கென மட்டுமே செலவிடுதல், செய்யும் பணியில் அல்லது தொழிலில் அக்கறையுடனும், அர்ப்பணிப்பு மனத்துடன்

முழுமையாகத் தங்களை ஈடுபடுத்திக்கொள்ளுதல், மனதிலுள்ள வெறுப்பையோ கசப்பையோ துளியும் வாடிக்கையாளரிடமோ, நோயாளியிடமோ, நுகர்வோரிடமோ வெளிப்படையாகக் காட்டிக்கொள்ளாதது ஆகியவை. பேரங்காடியாக இருக்கலாம், வங்கியாக இருக்கலாம், அரசு அலுவலகங்களாக இருக்கலாம், தனியார் நிர்வகிக்கும் காப்பீடு நிறுவனங்களாக இருக்கலாம், மருத்துவமனையாக இருக்கலாம் உங்களுக்கு உரிய நேரத்தை உங்களோடு செலவிட சம்பந்தப்பட்டவர் காத்திருப்பார், இங்கே அது சேவை, தொழில் அல்ல. எதிர்பாராவிதமாக ஒன்றிரண்டு அசம்பாவிதங்கள் நடக்கலாம், ஆனால் அது அபூர்வமாக நிகழக்கூடியது.

மூன்று ஐரோப்பியர் இருக்குமிடத்தில் ஒருவர் மட்டும் உங்களைப் பார்த்துப் புன்னகைக்கிறார் என்றால், நிச்சயமாக அவர் பிரெஞ்சுக்காரராக இருப்பார். (இது ஆங்கிலேயர்கள் பிரெஞ்சுக்காரர்களைக் குறித்து வைத்திருக்கும் அனுபவத்திற்கு நேர்மாறானது) ஆங்கிலேயரும், ஜெர்மன்காரரும் என் அனுபவத்தில் சிரித்து பார்த்ததில்லை. பிரெஞ்சுக்காரர் நம்முடன் சட்டென்று கை குலுக்குவார், வளவளவென்று பேசுவார். அவரைப்பற்றிக் கூடுதலாக நம்மிடம் தெரிவித்திருப்பார். எத்தனை வெளிப்படை, எவ்வளவு நெருக்கம் என்றெல்லாம் நினைத்து மனதிற்குள் பாராட்டிக்கொண்டிருப்பீர்கள். இதோ வருகிறேன் என்று சொல்லிவிட்டு உங்கள் கண்ணெதிரே காப்பியோ தேநீரோ வாங்கிப் பருகுவார். பிரெஞ்சு நண்பர் ரெஸ்டாரெண்டுக்கு சாப்பிடப் போகலாம் என அழைப்பார். நீங்கள் இரண்டு பேர் எனில் பிரச்சினையில்லை. அதிக எண்ணிக்கையில் இருப்பீர்களெனில் அவரவர் பில்லுக்கு அவரவர்தான் பணம் கொடுக்கவேண்டும். இந்த அணுகுமுறையில் எவ்விதச் சங்கடமும் பிரெஞ்சுக்காரர்களுக்கு இருக்காது. பிரான்சுக்கு வர நேரிட்டால் உங்கள் ஆங்கிலத்திற்கு எல்லா இடங்களிலும் கதவு திறக்கும் என நம்பாதீர்கள், இந்தியாலோ அல்லது ஆங்கில மொழி பேசுகிற நாடுகளிலோ தட்டுத்தடுமாறி ஆங்கிலம் பேசும் பிரெஞ்சுக்காரர்கள், உள்ளூரில் தமக்கு ஆங்கிலம் வராது, தெரியாது என்பார்கள்.

நெப்போலியனுக்கு ஆங்கிலேயரால் நேர்ந்த தோல்வியை சகித்துக்கொள்ள இன்றளவும் பிரெஞ்சுக்காரர்கள் தயாரில்லை. எனவே குறைந்தபட்சம் பிரெஞ்சுக் காரர்கள் அடிக்கடி உபயோகிக்கும் '*merci*' (நன்றி) என்ற வார்த்தையையாவது சொல்லப் பழகிக்கொண்டு பிரான்சுக்குள் வருவது நல்லது.

அ. நீ அல்லது நீங்கள் - *tutoiement ou Vouvoiement*

தமிழில் உள்ளதுபோல நீ என்ற சொல்லும் நீங்கள் என்ற சொல்லும் பிரெஞ்சில் இருக்கிறது. நீ என்று அழைப்பதை *tutoiement* என்றும் நீங்கள் என்று அழைப்பதை *Vouvoiement* என்றும் பிரெஞ்சில் சொல்வதுண்டு. அந்நியர்கள், புதிய மனிதர்கள், பரிச்சயமற்ற மனிதர்கள் ஆகியோரிடம் 'நீங்கள்' என்ற சொல் உபயோகிக்கப்படுகிறது. மாறாக 'நீ' என்ற சொல்லை சிறுவர் சிறுமியரிடமும், உறவினர்கள், நண்பர்கள் தோழிகள் ஆகியோரை அழைக்கவும் பயன்படுத்துகிறார்கள். கணவன் மனைவியையும், மனைவி கணவனையும், பிள்ளைகள் பெற்றோர்களையும் 'நீ' போட்டே அழைக்கிறார்கள். வயது ஒரு தடையே இல்லை. முன்பின் தெரியாதவர்கள் பழக நேரும்போது 'நீங்கள்'(*Vous*) எனத் தொடங்கி பின்னர் நெருக்கம் ஏற்படுகிறபோது 'நீ'(*Tu*) என ஒருவர்க்கொருவர் அழைத்துக்கொள்வது சகஜம். இருவரில் ஒருவருக்கு 15 வயதும், மற்றவருக்கு 90 வயது என்றாலும் ஒருமையில் அழைத்துக்கொள்வது அவர்கள் பார்வையில் இடைவெளியைக் குறைக்கிறது. இங்கு வந்து பல ஆண்டுகள் ஆன பிறகும், தற்போதும் பழகிய நண்பர்களை முதல் நாளில் விளித்ததைப்போலவே 'நீங்கள்' போட்டு அழைக்கிறேன். 'நீ' என்று அழைக்கத் தயக்கமாக இருக்கிறது. எங்கள் கிராமத்தில் தள்ளாடும் வயதிலும் கூட வயதிற் சிறியவர்களை 'வாங்க போங்க' என அழைக்கும் பெரியவர்கள் இன்றும் இருக்கிறார்கள். மனிதர் உயர்வு தாழ்வு இடைவெளியைக் குறைக்க பிரெஞ்சுக் காரர்களின் 'நீ' க்கு உரிய நியாயங்கள் சரியானவையென்றே நினைக்கிறேன்.

அ. *Bonjour* - வணக்கம்

பிரெஞ்சுக்காரர்களின் வெற்றிக்கு அவர்கள் முகமனுக்காகச்

செலவிடும் வார்த்தைகளுக்கும் சமிக்கைகளுக்கும் பெரும் பங்குண்டு. இருமனிதர்களின் பார்வைகள் சந்தித்தால் முகமன் இன்றியமையாததென்பது அடிப்படை நாகரிகம். அவற்றை எதிர்கொள்ளும் மனிதர்களுக்கேற்ப (அந்நியர், நண்பர், உறவினர் எனபதைப் பொறுத்து மாறுபடும்) எனினும் வார்த்தைகள், முறுவல்கள், கை குலுக்கல்கள் இரு கன்னங்களில் பரிமாறிக்கொள்ளப்படும் முத்தங்கள், தழுவல்கள், கட்டி அணைத்து முதுகில் தட்டுதல் என்று பிரான்சு நாட்டில் முகமனுக்குப் பல வடிவங்களுண்டு.

வீட்டைவிட்டு வெளியில் வருகிறேன், கதவைப் பூட்டிவிட்டுத் திரும்புகிறேன். எதிரே நான் அறிந்திராத குடும்பமொன்று (கணவன் மனைவி, பிள்ளைகள்) பூங்கொத்து சகிதம் பக்கத்து வீட்டிற்குச் செல்ல படியேறி வருகிறார்கள். அவர்களை இதற்கு முன்பாகப் பார்த்ததில்லை இருந்தும், குடும்பத் தலைவர் வாயிலிருந்து *'Bonjour'* என்ற வார்த்தை. இதொரு அடிப்படைப் பண்பு. இந்தப் பண்பை எல்லா இடங்களிலும் எல்லா தருணங்களிலும் காணலாம். நீங்கள் சாலையோரத்தில் நடந்து போகிறீர்கள், அனிச்சையாக எதிரே வருகிற நபரை பார்க்க நேரிடுகிறது: அவர் ஆணோ பெண்ணோ, சிறுவரோ சிறுமியோ; கிழவனோ கிழவியோ; நாயுடன் நடதுபோகிறவரோ அல்லது காதலனின் தழுவல் பிடியிலிருந்து சட்டென விடுபட்டவளோ எவராயினும் உங்களுக்கு ஒரு *'Bonjour"* சொல்லாமல் கடந்து செல்லமாட்டார். பெரிய அங்காடிக்குள் நுழைகிறீர்கள், ஒரு பொருளைப் பார்க்கிறீர்கள், வாங்குவதா வாங்க வேண்டுமா எனக் குழப்பத்திலோ அல்லது வெறுமனே, மனைவியைத் திருப்திப்படுத்தவேண்டியும், பர்ஸைக் காப்பாற்றும் யோசனையுடனும் பார்த்துக்கொண்டிருக்கிறீர்கள். வாங்கும் ஆசாமிகளா, கடைதோறும் இப்படி நுழைந்து நேரத்தைச் செலவிடும் தம்பதிகளா என்பதை விற்பனையாளர் உங்கள் முகங்களைப் பார்த்ததும் அறிந்திருப்பார், எனினும் உங்களை நெருங்கி "உங்களுக்கு உதவட்டுமா?' எனக் கேட்பதற்கு முன்பாக விநயமாக இரண்டு *'Bonjour'* களை பிள்ளையார் சுழிபோல செலவிட்டபிறகே விற்பனை உரையாடலைத் தொடங்குவார்.

பொருளை எடுத்துக்கொண்டு பணத்தை செலுத்தவருகிறீர்கள், காசாளரும் ஒரு 'Bonjour' க்குப் பிறகே பொருளுக்குரிய பணத்தைப் பெறுவார். அன்றைய தினம் அவர் இருநூறு வாடிக்கையாளர்களை எதிர்கொள்ள வேண்டியிருந்தாலும் அனைவருக்கும் முறுவலுடன் கூடிய 'Bonjour' ஒன்றை காசாளர் பெண்மணி செலவிடுவாள். பிரான்சு நாட்டில் இரயிலில் பயணம் செய்த அனுபவமிருப்பின், பரிசோதகர் பயணச்சீட்டை வாங்கி சரிபார்க்கும் முன்பாக 'Bon-jour' தெரிவிக்காமல் உங்கள் கையிலிருந்து டிக்கெட்டை வாங்கமாட்டார். ஒரு இரயிலில் குறைந்தது நூறுபேருக்கு என்றாலும் ஒரு நாளைக்கு 500 பேருக்காவது அவர் 'Bonjour தெரிவிக்கவேண்டிய கட்டாயம் இருக்கிறது. காரில் போகிறீர்கள், அல்லது நடந்து போகிறீர்கள் உங்களிடம் உரிய அத்தாட்சி பத்திரங்கள் இருக்கின்றனவா என்பதைச் சோதித்துப்பார்க்க போலிஸார் நினைத்தாலும் மேற்கண்ட வார்த்தைதான் முதலில் வரும். ஆக நாடு முழுவதும் ஒவ்வொரு நொடியிலும் பல லட்சக்கணக்கான வணக்கங்கள் மனிதர்களிடையே பரிமாறிக்கொள்ள நேரிடுகிறது: முறுவலோடும் வணக்கத்தோடும் தொடங்கும் உரையாடல், இரு நபர்களுக்கிடையேயான இடைவெளியைக் குறைக்கிறது, உரையாடலை இலேசாக்குகிறது.

ஆ. கைகுலுக்கல் - *Se serrer la main*

பிரெஞ்சு பண்பாட்டில் கைகுலுக்குவதென்பது முன்பின் தெரியாத ஒருவரை முதன் முறையாகச் சந்திக்கிறபோதும் விடைபெறுகிறபோதும் இடம்பெறும்; குறிப்பாக வியாபாரம், அலுவலகம் அல்லது பொதுவிடங்களில் சந்திப்பு நிகழ்கிறபோது கைகுலுக்கிக்கொள்வதென்பது மரபு. முதன்முறையாக உருவாகும் இந்த அறிமுகம் வியாபாரம் அல்லது அலுவல் நிமித்தமாக எத்தனைமுறை சந்திக்க நேர்ந்தாலும் கைகுலுக்கலே தொடரும். அதாவது அவர்கள் சந்திப்பு அலுவல் எல்லையைக் கடந்த நெருங்கிய நட்பு அல்லது உறவு என்ற வட்டத்திற்குள் பிரவேசிக்காதவரை. பிரெஞ்சு வழக்கில் கைகுலுக்கல் நளினமானது, சில நொடிகளே நீடிப்பது. ஆங்கிலேயரைப்போல இறுகப்பிடித்து ஆளையே பிடித்து உலுக்குவதுபோல

கைகுலுக்கும் பண்பாடு பிரெஞ்சுக்காரர்களிடமில்லை. கைகளிரண்டும் அழுக்காகவோ, ஈரமாகவோ இருந்தால். பிரெஞ்சுக்காரர்கள் தோளை காண்பிப்பார்கள். நீங்கள் தொட்டு சந்திப்பை தொடரலாம் அல்லது விடைபெறலாம். வேறு சிலர் ஏதேனுமொரு விரலை நீட்டுவார்கள். அதற்கும் மேற்குறிப்பிட்ட சடங்குதான்.

இ. காதலும் முத்தமும்

"இது யார்தும்மா குழந்தை? தங்கச்சியா- தம்பியா? உங்கம்மாவுக்கு உடம்பு கிடம்பு சரியில்லையா? நீ தூக்கிவந்திருக்க!"

"இல்ல சார் என்னோடதுதான். திடீர்னு கல்யாணம் கூடிடுச்சி. அவர் எங்க வீட்டாண்டதான் இருக்கார். அப்பப்ப பார்ப்பாரு, ஒரு நாள் திடீர்னு 'லவ்' வை சொன்னாரு. நான் ஆரம்பத்துலே, எனக்கு அதெல்லாம் பிடிக்காதுன்னுதான் சொன்னன். அவர் கேட்கலை?

"அப்புறமென்ன நீயும் லவ்வ சொல்லிட்ட, ஓடிப்போய் கல்யாணம்பண்ணிக்கிட்ட சரிதானே?"

'லவ் மேரேஜ்', 'லவ் கம் அரேஞ்சுடு மேரேஜ்' என்ற வார்த்தைகள் தமிழ்ச் சமூகத்தில் அதிகம் காதில் விழுகின்றன. ஒரு பக்கம் காதலைக் கொண்டாடும் தமிழ் சினிமாக்கள், இன்னொரு புறம் காதலைத் தீவிரமாக எதிர்க்கும் சாதிக்கட்சிகள் - இவ்விரண்டையும் செய்திகளாக்கும் தினசரிகள். ஆக மொத்தத்தில் தமிழ்மண்ணில் சம்பந்தப்பட்டவர்களுக்கு அதிகம் மகசூலைத்தரும் பொருள் என்பதில் எவ்வளவு உண்மை இருக்கிறதோ அவ்வளவு உண்மை காதல் திருமணம் இந்தியர் மரபில் மிகக்குறைவான விழுக்காடுகளுக்குரியவை என்பதும். பீஸா சாப்பிடப் பழகிக்கொண்டதைப் போல இந்த நிலமையும் மாறலாம். நாளை மகனையோ மகளையோ பார்த்து 'இன்னும் எத்தனை நாளைக்கு இப்படி இருக்கப்போற சீக்கிரம் லவ் பண்ணி, கல்யாணம் பண்ணிக்கோ! என்கிற மேற்கத்தியர்களின் நிலமை எல்லா நாடுகளிலும் தவிர்க்க முடியாதது. பிரான்சு போன்ற நாடுகளில் பதினெட்டு பத்தொன்பதாம் நூற்றாண்டுவரை

பெற்றோர்கள் சம்மதத்துடனே திருமணங்கள் நடந்திருக்கின்றன. இன்று மேற்கு நாடுகளைப் பூர்வீகமாகக் கொண்டவர்களிடை பெற்றோர்கள் ஏற்பாட்டில் திருமணங்கள் நடப்பதில்லை. ஓர் ஆணையோ அல்லது பெண்ணையோ விரும்புவது பெற்றோர்கள் சம்மதமின்றி நடக்கிறது என்பதால், திருமணச்செலவையும் அந்த ஜோடியே பார்த்துக்கொள்கிறது, பின்னர் அவர்கள் பிரிவும் பெற்றோர்களை எதிர்பார்க்காமலேயே நடைபெறுகிறது. ஓர் ஆணும் பெண்ணும் சேர்வதும் பிரிவதும் அவரவர் சொந்த விருப்பம், இரண்டிற்குமே உதவச் சட்டங்கள் இருக்கின்றன, சமூகத்திற்கோ ஆயிரத்தெட்டு பிரச்சனைகள், அவன் பாடு அவள் பாடு நம்ம பாட்ட நாம கவனிப்போம் என்றிருக்கும் மனிதர்கள்.

மனிதர்கள் கூடிவாழ்வது என்று தீமானித்தபிறகு, ஒரு கூட்டத்திற்கென பொதுவானதொரு வாழ்நெறியை அச்சமூகத்தைச் சேர்ந்த பெருவாரியான மக்களோ அல்லது அவர்களால் ஏற்றுக்கொள்ளப்பட்ட ஒரு சிலரோ அறிவுறுத்துகிறார்கள். தனது தேவைகளைத் தான்மட்டுமே நிறைவேற்றிக்கொள்வது இயலாது என்றிருக்கிறபோது, தானல்லாத பிறர் வகுக்கும் நியதிக்கும் அவன் கட்டுப்பட்டான். அதுபோலவே இவன் பிறரோடு சேர்ந்து, 'இதுதான் சரி' என்றதை ஏற்ற மனிதர்களும் இருந்தார்கள். பெருவாரியான மக்களால் ஏற்கப்பட்ட ஒரு வழக்கம் ஆண்டு பலவாக கடைப்பிடிக்கப்பட்டு மரபு ஆனது. மானுடம் பெற்றுள்ள வளர்ச்சிக்கு ஒப்ப வாழ்நெறிகளை விவாதத்திற்குட்படுத்தி தேவையெனில் சில மாற்றங்களைக் கொண்டுவருவது அவசியம், எதுவும் 'taboo'- தீண்டத் தகாத பிரச்சனை அல்ல –என்று நினைத்த மேற்கத்திய சமூகத்தில் ஒரு பிரிவினர் "இப்போக்கு எதில் போய் முடியுமோ?" என்ற கவலையில் மூழ்கி இன்று தங்கள் எதிர்ப்பைத் தெரிவிக்க வீதியில் இறங்குகின்றனர்.

ஒரு பிரெஞ்சுக் குடும்பம் இரண்டு பெண்கள்: ஒருத்தி நடுத்தர வயது, மற்றவள் உயர்கல்வி தொடர்பவள். ஒருத்திதாய், மற்றவள் மகள். தன்னுடன் பழகும் ஆண் நண்பன் தன்னிடம் காதலைத் தெரிவிக்கவில்லை என்ற வருத்தத்தை

மகள், தாயிடம் தெரிவிக்கிறாள். தாயோ "அவசரப்படாதே அவன் உன்னிடம் பழகுவதை வைத்துப் பார்க்கிறபோது, விரும்புவதாகத்தான் தெரிகிறது, ஒருவேளை எப்படிச் சொல்வது எனத் தயங்குகிறானோ என்னவோ" என மகளுக்குச் சமாதானம் சொல்கிறாள். ஒரு வாரம் கழித்து மகள் இல்லாத சமயம் பார்த்து அவள் தாயிடம் இளைஞன் வருகிறான், தனது மனதிலுள்ள காதலைத் தெரிவிக்கிறான். பிரச்சினை என்னவெனில் அவன் காதல் வயப்பட்டது பெண்ணின் தாயிடமே அன்றி அவள் மகளிடம் அல்ல என்ற உண்மை. பெண்ணின் தாய்க்கு எதிர்பாராத இத்தகவல் அதிர்ச்சியை அளித்தபோதிலும், தனக்கான நியாங்களின்படி அக்காதலை ஏற்பது சரி. இளைஞனுக்கு அவள் தரும் பதில் ஒரு பெரிய '*Oui*' *(Yes)*. அவள் பெண்ணேகூட தாய் எடுத்த முடிவினைக்கேட்டு அதிர்ச்சி அடைவதில்லை, பெண்கள் இருவரும் தாய்-மகள் என்ற உறவின் அடிப்படையில் இப்பிரச்சினையைப் பார்ப்பதில்லை, இரு பெண்களுக்கிடையேயான பிரச்சினையாகப் பார்க்கின்றனர். "எனது நலன் முக்கியம், மகளோ, மகனோ உறவினர்களோ, நண்பர்களோ, சமூகமோ வாழ்வில் குறுக்கிட, எனது நடத்தையை மதிப்பிட ஒன்றுமில்லை என்ற இந்த பிரெஞ்சுக்காரர்களின் அல்லது மேற்கத்தியர்களின் போக்கு உலகமெங்கும் பரவி வருகிறது.

சுதந்திரத்திற்கு வானமே எல்லை என்கிற '*Libertine*' கூட்டம் *Marquis de sade (1740 -1814)* போன்றவர்கள் பிரெஞ்சு சமூகத்தில் இன்று அதிகம். அவர்கள் "மனம்போன போக்கில் வாழ்வேன், எனது தேவைகளும், உணர்ச்சிகளுமே எனக்கு முக்கியம்" என வாதிடுபவர்கள். விளைவாக ஓர் ஆணும் பெண்ணும் -அல்லது ஆணும் ஆணும் அல்லது பெண்ணும் பெண்ணும் சேர்ந்துவாழ (திருமணம் என்பது தற்போதைக்கு விலக்கப்பட்ட சொல்) காதல் *(l'amour)* 'இறைவணக்கம் போல' பிரெஞ்சுக்காரர்களுக்கு மிகவும் அத்தியாவசியமானது. அவர்களில் ஒருவருக்கு அல்லது இருவருக்குமே முதற்பார்வையிலேயே ஏற்பட்ட மயக்கம் *coup de foudre*, காதலுக்குக் காரணமாக இருக்கலாம், ஆங்கிலத்தில் '*love at first sight*' என்கிறோமே அதே

பொருளில். வயது, குடும்பம், சமூகம் என எவ்விதத் தளைகளும் அவர்களுக்கில்லை, தயக்கமின்றி ஒருவர் மற்றவரிடம் *'Je t'aime'* *(I love you)* என்பார்கள்.

முதல் மனைவியை விவாகரத்து செய்திருந்த பிரான்சு நாட்டின் அதிபர் பிரான்சுவா ஒலாந்து *(François Hollande)* அதிபர் தேர்தலில் ஜெயித்து மேடையில் தோன்றியபோது, தமது காதலி பத்திரிகையாளர் பெண்மணிக்குப் பகிரங்கமாக பிரெஞ்சு முத்தம் தர தயங்கவே இல்லை. அப்பெண்மணியின் இடத்தில் இன்று ஒரு நடிகை. இவரிடம் *'Je t'aime'* என அதிபர் தெரிவித்து ஒரு வருடம் ஆகப்போகிறது. இவருக்கு முன்பிருந்த அதிபர் சர்க்கோசியும் தனது அப்போதைய மனைவியை விவாகரத்து செய்துவிட்டு, இத்தாலி நாட்டைச்சேர்ந்த பாடகி ஒருவரை பதவிக்காலத்தில் காதலித்து மணம் செதுகொண்டார். பெரும்பாலான பிரெஞ்சுக்காரர்கள் இரண்டு அல்லது இரண்டுக்கு மேற்பட்ட கணவன், மனைவி என வாழ்கின்றவர்கள்தான்.இப்பண்டமாற்றுமுறை பெண்பாலினத்திற்கும் பொருந்தும். முறைப்படி மணவிலக்கு பெற்றபிறகே இது நடைபெறுகின்றன என்றாலும் தங்கள் பிள்ளைகள் நலனில் அக்கறைகொள்ளாத இந்த நவீன வாழ்க்கை ஏற்கனவே கூறியதுபோன்று சொந்த நலனை மட்டுமே கருத்தில் கொள்கிற வாழ்க்கை முறை.

ஈ.*Faire le Bise* - முத்த பரிமாற்றம்:

முத்தம் என்றாலே காதல் சம்பந்தப்பட்ட பொருள் என்று நீங்கள் நினைக்கலாம். ஆனால் பிரெஞ்சு சந்திப்புகளில் கைகுலுக்கல்போல, முத்தங்கள் இரு மனிதர்களுக்கிடையேயான உறவின் வெளிப்பாடு. காதலன் காதலி, கணவன் மனைவி ஆகியோரன்றி நண்பர்கள் உறவினர்கள் அனைவரிடையேயும் முகமன் கூறவும் ஒருவர் மற்றவரிடம் தமக்குள்ள அன்பையும் நெருக்கத்தையும் வெளிப்படுத்திக்கொள்ளும் வகையிலும் முத்தமிட்டுக்கொள்வது வழக்கம். முத்தத்தை *Bise* அல்லது *Bisu* எனப் பொதுவாகச் சொல்வார்கள்.

காதலன் காதலி, கணவன் மனைவிக்கிடையே இடம்பெறும் முத்த பரிமாற்றம் உதடுகளை மையமாகக் கொண்டது. அதிலும் பிரெஞ்சு முத்தம் உலகப் புகழ்பெற்றது. இரண்டாம் உலகப் போருக்குப்பின் அமெரிக்க வீர்கள் சொந்த நாடு திரும்பியபோது, காத்திருந்த காதலிக்கும், மனைவிக்கும் மணிகணக்கில் தாங்கள் ஐரோப்பாவில் கற்றதென பிரெஞ்சு முத்தங்களை வழங்கியிருக்கிறார்கள்; இதன் விசேடம், உதடுகளோடு இருபாலரின் நாக்கும் ஒத்துழைக்கவேண்டும், பிரெஞ்சில் இம்முத்தத்தை அரங்கேற்றுவதற்கு *Galocher* என்று பெயர். *Galoche* என்பதற்கு *Overshoe* என்றும் பொருள். மழைக்காலத்தில் ஓவர் ஷூ போட்டு நடந்து பார்த்துவிட்டு காதலிக்கோ காதலர்க்கோ பிரெஞ்சு முத்தத்தைத் கொடுத்துப் பெயர்வைத்தது சரிதானா? எனத் தெரிவியுங்கள்.

இரண்டு நண்பர்கள் சந்திக்கிறபோது தன்னோடு இருக்கிற மூன்றாவது நபரை அறிமுகப்படுத்துகிறபோதும் கன்னத்தில் முத்தமிடலாம் குறிப்பாக அவர்கள் சிறுவர் சிறுமியராகவோ வயதில் மூத்தவராகவோ இருப்பின் முத்தமிட தயங்கவேண்டியதில்லை. முத்தமிடுவதா அல்லது கைகுலுக்கல் போதுமா என்பதை இரு நபர்களுக்கிடையேயான உறவு அல்லது நட்பின் அளவுகள், பாலினம் ஆகியவை பொதுவாக தீர்மானிக்கின்றன (பல நேரங்களில் அவர்களின் முகங்கள்). சிநேகிதிகள் இருவர் அதாவது அவர்கள் ஒருவரையொருவர் நீ போட்டுக்கொள்ளும் அளவிற்கு நெருக்கமிருப்பின், சந்திக்கிறபோதும், புறப்படும்போதும் கன்னத்தில் முத்தமிட்டுக்கொள்ளலாம். எதிர் பாலினத்தைச் சேர்ந்த இருவர்கூட அவ்வாறு செய்யலாம். ஆனால் அவ்விருவரில் ஒருவரான பெண் அதை விரும்பாவிடில் (அவர்கள் விலகி நின்று கைநீட்டுவார்கள் - கைகுலுக்குவதற்காக) தவிர்ப்பது நாகரிகம். அவ்வாறே இருவர் சந்திக்கிறபோதும் பிரிந்து செல்கிறபோதும் முத்தமிடுவது தவிர்க்கப்படுவதற்குக் காரணங்களிருக்குமெனில் நிச்சயம் கைகுலுக்கவேண்டும்.

கன்னத்தில் முத்தமிடும் சம்பிரதாயத்தில் சில விதிமுறைகள் இருக்கின்றன.

1. இருவர் கன்னங்களும் மற்றவரின் கன்னத்தில் பாதி அளவைத் தாண்டக்கூடாது.

2. கன்னத்தில் உதடுகளைப் பதிக்காமல் முத்தமிடவேண்டும் கன்னத்தில் உதடுகள் பதிந்தால் அதற்கு வேறுபொருள்.

3. எண்ணிக்கை:

கன்னத்தில் மாறிமாறி இரண்டு முறை முத்தமிட்டுக் கொள்வதென்பது (நட்பு, நெருங்கிய உறவுகள்) பொது வழக்காக இருக்கிறது.

சில நேரங்களில் சந்திப்பைத் தொடங்குகிறபோது மூன்று முத்தமென்றும் புறப்படும்போது இரண்டு முத்தமென்றுங்கூட சில பகுதிகளில் வழக்கமுண்டு.

உ. பிரெஞ்சுக் குடும்பம்

இன்றிருக்கிற சராசரி பிரெஞ்சுக் குடும்பமொன்றின் கூறுகள் உலகெங்குமுள்ள எல்லா நாடுகளிலும் படித்த மேல்தட்டு மக்களுக்குரியவைதான். புலன்களுக்கு அறிவைக்காட்டிலும் வீரியம் அதிகம். தங்களுடனான மோதலில் வீழ்ந்த அறிவை அத்தனை எளிதாக நெஞ்சுயர்த்த அவை அனுமதிப்பதில்லை. எளிதில் சோர்வுறும் குணங்கொண்ட அறிவும், புலன்களை அனுசரித்து வாழப் பழகிக்கொள்கிறது. ஆற்றல் உள்ளவர்கள் ஜெயிக்கிறார்கள், உணர்ச்சி அறிவைக்காட்டிலும் பலசாலி. உலகமனைத்தையும் மேற்கத்தியர்கள் அறிவால் வெல்ல முடிந்தது, உணர்ச்சியிடம் தோற்றுப்போனார்கள். உலகத்தின் வீழ்ச்சி உணர்ச்சிவசப்படுதலில்தான் தொடங்குகிறது. உணர்ச்சியைக் கண்கள், காது, வாய், மனம் என்று தனித்தனியாக அனுமதித்தால் தப்பித்தோம் பிரித்தாளவேண்டும். அவற்றைக் கூட்டாகச் (உடலை) செயல்படவிட்டால் ஆபத்து. மேற்கத்தியர்களிடம் கற்றுக்கொள்ளக் கூடாதது என்று ஒன்றிருக்குமானால் இன்றைய அவர்களுடைய குடும்ப அமைப்பைச் சொல்வேன். சமூகப் பண்பாடுகளில் ஒன்றான குடும்ப அமைப்புமுறை இன்று மேற்கத்திய நாடுகளில் குலைந்துவருகிறது. எச்சரிக்கையாக இல்லாதுபோனால் நம்மையும் ஒரு நாள் தின்றுதீர்த்துவிடும்.

குடும்பம் என்றாலென்ன? பொதுவானதொரு மூதாதையர் வழிவந்த இரத்த உறவுகளில் இறந்தவர்போக மிஞ்சியவர்கள், சமூக அறத்தின் அடிப்படையில் சேர்ந்து வாழ்வது. ஒருவருக்கொருவர் இன்பத்தையும் துன்பத்தையும் பகிர்ந்துகொள்வது, நெருக்கடிக் காலங்களில் தமது குடும்பத்தைச் சேர்ந்தவர்களுக்குத் துணை நிற்பது. இந்த இலக்கணங்களுக்குப் பொருந்துகிற குடும்பம்தான், ஒரு நல்ல சமூகத்தையும், தொடர்ந்து நாட்டையும் கட்டமைக்க முடியும்.

பிரான்சு நாட்டில் குடும்ப அமைப்பு நேற்று எப்படி இருந்தது?

இந்த நேற்று இரு பொருளைக்கொண்டது, முதலாவது நேற்று 30 வருடங்களுக்கு முன்பாக இந் நாட்டிற்கு (பிரான்சுக்கு) வந்த காலத்தைக் கணக்கில் கொள்ளவேண்டிய நேற்று, மற்றது ஒரு வயதான (70?) பிரெஞ்சுக்காரரிடம் நினைவில் இருக்கிற சுமார் ஐம்பது ஆண்டுகாலத்திற்கு முந்தைய பிரான்சு. எனது பார்வையில் ஒரு பிரெஞ்சுக் குடும்பம் எவ்வித மாற்றத்திற்கும் உட்படாமல் அப்படியே இருப்பதுபோல இருக்கிறது. ஆனால் பிரெஞ்சுக்காரர் புலம்புகிறார்.

இன்றைய பிரெஞ்சுச் சமூகத்தில் குடும்பத்தில் பெண்களுக்குள்ள உரிமைகளைப் பார்க்கிறபோது நவீன பிரெஞ்சுக் குடும்பம், பாரம்பரியப் பிரெஞ்சுக் குடும்பத்தைக்காட்டிலும் மேம்பட்டதென்கிற பொதுவானதொரு தோற்றத்தைத் தரும். நவீனப் பிரெஞ்சுக் குடும்பம் கட்டற்ற சுதந்திரத்தின் பெயரால் வானமே எல்லையென்று, இருக்கின்ற கூரைகளைப் பிய்த்தெறிந்ததின் பலன், குடும்பம் என்ற அமைப்பு இன்று மழையிலும் வெயிலிலும் பாதுகாப்பற்றுத் துன்புறுவதை சுகமென்று வர்ணிக்கிறபோது எரிச்சல் வருகிறது. பிரெஞ்சுக்காரரிடம் கேட்டேன், “குடும்ப அமைப்பு என்பது பண்பாட்டுச்சின்னம், அதனைக் கட்டமைப்பது ஒரு சமூகத்தின் அறங்கள், இந்நிலையில் உங்கள் குடும்பம் என்ற குறியீடு அல்லது ஒழுங்குமுறை (system) ஐரோப்பியர்கள் என்கிற பொதுகுணத்திற்கு உரியதா, அல்லது உங்களுடையதா?”

எனக் கேட்டேன். இரண்டொரு நிமிடங்கள் யோசித்தார், என்ன சொல்வதென யோசித்திருப்பார்போல, நுனி மூக்கைச் சொரிந்தபடி, "மேற்கத்தியப் பண்புகளோடு, சாப்பாட்டு மேசையில் 'பொர்தோ' ஒயினையும், கமாம்பெர் பாற்கட்டியையும் *(Le fro-mage Camembert)*, சேர்த்தீர்களானால் அதுதான் இன்றைக்கு பிரெஞ்சு பண்பாடு என்பதுபோல, ஐரோப்பியருக்குரிய பொதுபண்புகளும், எங்களுடையதும் கலந்ததுதான்" எனப் பதிலிறுத்தார், சமாளித்துவிட்டோம் என்கிற திருப்தி முகத்தில் தெரிந்தது. இரண்டொரு நிமிடங்கள் அமைதியாக இருந்தவர் மனதில் என்ன தோன்றியதோ: "உங்கள் பண்பாடு என்ன? இங்கே நீங்கள் எங்களைப்போலத்தானே வாழ்கிறீர்கள்?" எனச் சீண்டினார். 30 ஆண்டுகால புதுச்சேரி தமிழர்களின் பிரெஞ்சுப் பண்பாடென்று எதைச்சொல்வது? எனத் தயங்கினேன். அவருக்குப் பதில் சொல்வதுபோல" சோறு சாப்பிடுகிறோம், மனைவி புடவை உடுத்துகிறாள், சிறுவயது பிள்ளைகள் என்றால் அவர்கள் விஜய் அல்லது ரஜினியின் ரசிகர்களாக இருக்கவேண்டுமென்று எதிர்பார்க்கிறோம், வளர்ந்ததும் குலம் கோத்திரம் பார்த்து நாங்கள் கைகாட்டுகிற பையனையோ பெண்ணையோ கல்யாணம் செய்துகொள்ளவேண்டுமென்று பிள்ளைகளிடம் எதிர்பார்க்கிறோம், உழைத்தோ உழைக்காமலோ (பிரான்சில் முடியும்) இங்கேயோ ஊரிலோ வீடோ, அப்பார்ட்மெண்ட்டோ வாங்கவேண்டுமென்று நினைக்கிறோம்" எனக் கூறினேன். அவர் சிரித்தார். சிறிது தாமதித்து "எங்களுக்கு இதுபோன்ற பண்பாட்டுக் கவலைகள் இல்லை" எனக் கூறியவரிடம் மறுபடியும் ஓர் எள்ளல் சிரிப்பு.

"2015ல் தமிழ்ப் பண்பாடு என்று சொல்லிக்கொள்ள இருப்பதென்ன?" என்னிடமே கேட்டுக்கொண்டு அதற்குப் பதிலையும் கூறிப்பார்த்தேன். கன்னியாகுமரியில் ஆரம்பித்து தமிழர்களின் புண்ணிய ஸ்தலமான சென்னைவரை நம்மிடம் நான் நினைத்ததைவிட கலந்துகட்டிய பண்பாடுகள் வரிசையில் நிற்கின்றன. கிராமங்களில் நாற்பது ஆண்டுகளுக்கு முன்பாக பெண்பிள்ளைகள் வெளியிற் செல்ல உகந்த நேரம் - பொழுது

புலர்வதற்கு முன்பாக அல்லது பொழுது சாய்ந்தபின். மற்ற நேரங்களின் சன்னற்கம்பிகளைப் பிடித்துக்கொண்டு நிற்பார்கள். கணவன் மனைவியாக ஆன பிறகும் உழைக்கும் மக்களிடம் பிரச்சினைகளில்லை, ஆனால் சில வீட்டுப் பெண்கள் நான்கு சுவருக்குள்தான் அடைந்து கிடக்கவேண்டும், வெளியிற் போனால் கணவருக்குப் பின்னால் பத்தடி தள்ளிதான் மனைவிபோகவேண்டும், அதுதான் நல்ல (?) குடும்பத்துப் பண்பாடு என்பார்கள். புதுச்சேரிக்கு வந்தபோது அங்கே திருமணமான புது ஜோடியொன்று ரிக்ஷாவில் சேர்ந்து சினிமாவுக்குப் போனதை எங்கள் தந்தை வழி பாட்டி, "இதென்ன கலிகாலம், கொஞ்சங்கூட வெட்கமில்லாம!" என்று புலம்பியது நினைவில் இருக்கிறது. சென்னையில் 70 களில் சபையர் தியேட்டரில் படம் தொடங்கியதும் காதல் ஜோடிகளுக்கு மெரீனா பீச்சில் கிடைக்காத பண்பாட்டுச் சுதந்திரமுண்டு. இதுபோக சற்று ஒரிஜினலாக செட்டியார்களுக்கென காரைக்குடிப்பக்கம் சில தமிழ்ப் பண்பாடுகள், நாஞ்சில் நாடனைக் கேட்டால் நாஞ்சில் நாட்டுப்பண்பாடு என ஒரு புத்தகமே எழுதுவார், பிறகு கி.ரா.வின் கரிசல் காட்டுப் பண்பாடு, திருநெல்வேலி, மதுரை, தஞ்சையென்று திசைக்கொரு பண்பாடு இருக்கிறது. இதுபோக நாயக்கர்கள், மராத்தியர்கள், நவாபுகள், நிஜாம்கள், ஆங்கிலேயர்கள் பிரெஞ்சுக்காரர்கள் விட்டுச்சென்ற பண்பாடுகள் இருக்கின்றன. இவற்றைப் புடைத்துத் தூற்றினால் பதர்போக தமிழகக் களத்துமேட்டில் மணப்பந்தல், தாலி, சோறு, பொங்கல் பண்டிகை, ஐம்பது வயதைக் கடந்த பெண்களுக்குப் புடவை, கீழ் சாதி, மேல் சாதி, தலைவர்களுக்கு அடிமட்டத் தொண்டரென்றால் உயிர்த் தியாகமும் அமைச்சரென்றால் தீச்சட்டியும்; நடிகர்களுக்குப் பாலாபிஷேகமும், பொழுது சாய்ந்தால் நல்ல குடிமகன்களாக இருப்பதும் தமிழ்நாட்டுப் பண்பாடு. பிறகு இருக்கவே இருக்கிறது பீஜித்தீவில் ஆரம்பித்து மொரீஷியஸ் வரை உலகமெங்கும் தீமிதித்தல், காவடி எடுத்தல்... ஆசுவாசப்படுத்திக்கொண்டு பிறவற்றை யோசித்தபோது பிரெஞ்சுக்காரர் குறுக்கிட்டு "என்னிடத்தில் பகிர்ந்துகொள்ளேன்!" என்றார்.

அடுத்தவரிடம் குறைகாண்பது சுலபம் என்பதால், "உங்கள் குடும்ப அமைப்பு எப்படி முன்பு போலவே இருக்கிறதா? மாற்றம் தெரிகிறதா?" எனக்கேட்டேன்.

"முன்பெல்லாம் மரபான பிரெஞ்சுக் குடும்பம் என்பது கணவன் மனைவி பிள்ளைகள் என்று வாழ்ந்த காட்சியை எல்லா வீடுகளிலும் பார்க்கலாம், சில குடும்பங்களில் இரண்டு மூன்று சந்ததியினர் கூட இருப்பார்கள்" பிள்ளைகளுக்குத் திருமணத்தைப் பெற்றோர்களே நடத்திவைத்தார்கள்; வருகின்ற பெண் அல்லது பிள்ளை நல்ல குடும்பமா? அவர்களால் குடும்பத்திற்கு என்ன இலாபம்; என சகலத்தையும் யோசித்தே திருமணங்கள் நடந்திருக்கின்றன" என்றார். அதேவேளை கடந்த காலத்திலிருந்த ஒரு வைதீகப் பிரெஞ்சுக் குடும்பம் (*La famille traditionnelle française*) உலகின் பிற பகுதிகளைப்போலவே தந்தை வழிமுறைக்கு முக்கியத்துவம் தருகிற ஓர் ஆணாதிக்கக் குடும்பம்: ஆண்கள் வேலை செய்தார்கள் ஆண்கள் யுத்தம் செய்தார்கள், ஆண்கள் அரசியல் செய்தார்கள்; பெண்கள் எச்சில் எடுதார்கள், பத்துப்பாத்திரம் தேய்த்தார்கள், பெருக்கினார்கள் வாரினார்கள், பிள்ளைகளைச் சீராட்டினார்கள், உடன்கட்டை மட்டும் ஏறவில்லை, மற்றபடி இந்தியப் பெண்களுக்கிருந்த அதே நிலைமைதான். சங்க காலத்திலேயே பெண் கவிஞர்களைச் சந்தித்திருக்கிற நமக்கு, பத்தொன்பதாம் நூற்றாண்டுவரை பிரெஞ்சுப் பெண்களுக்கு எழுதப் படிக்கத் தெரியாத விஷயம் வியப்பை அளிக்கலாம்.

ஊ. நவீன பிரெஞ்சுக் குடும்பம்:

இன்று நிலைமை வேறு சமூக அமைப்பில் மதத்தின் தலையீடு குறைந்ததும், பெண்கல்வி, பெண்ணுரிமை ஆகியவற்றில் ஏற்பட்ட முன்னேற்றமும் வைதீகப் பிரெஞ்சுக் குடும்ப அமைப்பைப் புரட்டிப்போட்டது. இந்தியாவைப் போலவே பதிவுத் திருமணம், சம்பிரதாயத் திருமணம் பிரான்சு நாட்டிலும் உள்ளன. தமிழில் நாம் அறிந்த பதிவுத் திருமணத்தைத்தான் இங்கே '*le mariage civil*' என்ற பெயரில் நகரசபைகளிலும், மாநகராட்சிகளிலும் மேயர்களால் நடத்திவைக்கப்படுகின்றது.

மதத்தின் பேரால் தேவாலயங்களில் *'le mariage religieux'* நடத்திவைக்கப்படுகிறது. ஆனால், அண்மைக் காலங்களில் அரசே வழிவகுத்துக்கொடுத்த ஆண் பெண் கைகோத்தல் மேற்குறிப்பிட்ட இரண்டு வழிமுறைகளையும் உதறிவிட்டது அல்லது செல்வாக்கைக் குறைத்துவிட்டது எனலாம். கடந்த பத்து ஆண்டுகளாக எவ்வித உறுத்தலுமின்றி ஆணும் பெண்ணும் சேர்ந்து வாழ ஆரம்பித்திருக்கிறார்கள். பிரெஞ்சு அரசாங்கம், குடும்பச் சுமையைப் பகிர்ந்துகொள்வதும் 80 விழுக்காடு பெண்கள் கல்விபெற்றவர்களாக இருப்பதும், 25 வயதிலிருந்து –45 வயது வரையிலான பெண்கள் பிறரைச் சார்ந்திராமல் சொந்தச் சம்பாத்தியத்தில் வாழ்வதும், தனித்திருக்கும் துணிச்சலைக் கொடுத்துவிடுகிறது. தவிர புதிதாகக் கொண்டுவரப்பட்ட *'Le PACS' (Pacte Civil de Solidarité - 1999)* சட்டம் தகுந்த வயதை அடைந்த ஒருவன் அல்லது ஒருத்தி சகபாலினம் அல்லது எதிர் பாலினத்தைச் சேர்ந்த ஒருவன் அல்லது ஒருத்தியோடு ஒப்பந்த அடிப்படையில் சேர்ந்து வாழ அனுமதிக்கிறது. இந்நிலையில் பாரம்பரியத் திருமணங்கள் வெகுவாகக் குறைந்துவிட்டன. இன்றைக்கு ஐம்பது விழுக்காட்டிற்கும் அதிகமான கணவன் - மனைவி பந்தம் PACS முறைமையை அடிப்படையாகக் கொண்டது. மூன்று தம்பதிகளில் ஒரு ஜோடி பிரான்சு நாட்டில் விவாகரத்து செய்துகொள்வதாக புள்ளிவிவரங்கள் தெரிவிக்கின்றன. ஒப்பந்த அடிப்படையில் சேர்ந்து வாழ்பவர்களின் எண்ணிக்கை அதிகரித்து வருகிறது.

இந்நவீன பிரெஞ்சுக் குடும்ப அமைப்பை அணுக் குடும்பம் *(la famille nucléaire)* என்றும், கலப்புக் குடும்பம் *(la famille composée ou recomposée)* என்றும் வகைப்படுத்தலாம். 'அணுக்குடும்பம்' என்பது ஏற்கனவே கூறியதுபோல பாரம்பரியத் திருமணச் சடங்கினால் இணையும் தம்பதிகள். 'கலப்புக் குடும்பம்' என்பது தம்பதிகளில் ஒருவர் தனது பிள்ளைகளுடன் தனித்து வாழ்வது அல்லது மணவிலக்குப்பெற்ற கணவனோ மனைவியோ விவாகம் செய்துகொண்டோ அல்லது செய்துகொள்ளாமலோ இன்னொரு ஆண் அல்லது பெண்ணுடன் அவர்கள் பிள்ளைகளுடன் சேர்ந்து வாழ்வது ஆகும். இவ்வகைக்கு *Le*

PACS முதுகெலும்பு. இரண்டு ஆண்டுகளுக்கு முன்பு (2013) ஓரினத் திருமணத்தையும் சட்டப்படி அங்கீகரித்து, தீவிர சமய வாதிகள், வலதுசாரிகள் கோபத்தை பிரெஞ்சு இடதுசாரி அரசாங்கம் சம்பாதித்துக்கொண்டிருக்கிறது.

நவீன பிரெஞ்சுக் குடும்பம் - கலப்புக் குடும்பம் சமூகத்தின் எதிர்பார்ப்பைத் துச்சமாகக் கருதுகிறது. தனிமனிதனின் உடல் சுதந்திரத்திற்கு முக்கியத்துவம் அளித்து, மனிதத்தின் ஒழுங்குகளைக் கலைத்துப்போட்டிருக்கிறது. இரத்த உறவுகள்கொண்ட பிள்ளைகள், தம்பதிகள் ஆகியோரிடமே சிற்சில சமயங்களில் அசாதாரண பிரச்சினைகளை எதிர்கொள்ள நேரிடுகிறபோது, உடம்பின் இச்சையை மாத்திரம் கணக்கிற்கொண்டு ஒழுங்கைச் சிதைத்துக் கட்டமைக்கப்படும் நவீன குடும்ப அமைப்பு ஆணாதிக்கமோ பெண்ணாதிக்கமோ அல்ல உணர்ச்சிகளின் ஆதிக்கம்- ஆபத்தானது.

ஊ. உணவும் - விருந்தும்.

"savourer de bons petits plats"

"உலகில் எந்த நாட்டுமக்களும் தங்களைப் போல திருப்தியாக சாப்பிடுவதில்லை" என 80 விழுக்காடு பிரெஞ்சு மக்கள் நினைப்பதாக வாக்கெடுப்புத் தகவல் ஒன்று தெரிவிக்கிறது. இங்கே திருப்தியாக என்பதற்கு 'வயிறார' சாப்பிடுவதென்ற பொருள் இல்லை. உணவை சமைப்பது, பரிமாறுவது, விருந்தினர்களுடன் உண்பது எனபவற்றில் சில நாகரிகமான விதிகளை வைத்திருக்கிறார்கள் அதைத் தாங்கள் கடைபிடிப்பதாக நம்பவும் செய்கிறார்கள். யுனெஸ்கோவின் கலாசார பாரம்பரிய உடமைப்பட்டியலில் பிரெஞ்சு உணவு இடம் பெற்றுள்ளதும் அவர்கள் பெருமிதத்திற்குக் காரணமாக இருக்கக்கூடும்.

ஓர் உயிரியின் அடிப்படைத் தேவைகளில் உணவு முதலிடத்தைப் பெறுகிறது. உடம்பை வளர்த்தேன் உயிர்வளர்த்தேனே என்கிறார் திருமூலர். மனித இனம் ஓரிடத்தில் நிலையாய் வாழத்தொடங்கியபிறகு அந்தந்த இடத்தின் தட்பவெப்பநிலைக்கேற்பக் கிடைத்தவற்றை உண்ணத்

தலைப்பட்டு, அவற்றிற்குப் பற்றாக்குறை ஏற்பட்டபோது தாங்களே உற்பத்திசெய்து, விலங்குகளென்றால் வேட்டையாடி வயிற்றுப் பசியைப் போக்கிக் கொண்டனர். தட்பவெப்ப நிலை, மண்ணின் தன்மை, அத்தியாவசியமான நீர் என்று இயற்கையைச்சார்ந்தே உணவு தானியங்கள், காய் கனிகள், கீரைவகைகள், கால்நடைகளென்று உண்ணும் பொருட்களின் உற்பத்தி தீர்மானிக்கப்பட்டது. ஆனால் இயற்கை சாராத கூறுகளான சமயம், சமூகம், மரபு, பண்பாடு போன்றவை நாம் எதைச் சாப்பிடவேண்டும், எதைச் சாப்பிடக்கூடாது என முடிவெடுக்கின்றன. இவற்றைத்தவிர அறிவியல், போக்குவரத்து, தகவல்தொடர்பு சாதனங்கள், நட்சத்திர ஓட்டல்கள், சமையல் புத்தகங்கள், குறிப்புகள், பரவை முனியம்மாக்கள், தாமோதரன்கள் இப்படி வயிற்றினை நாக்கினை வழிநடத்த பல்லாயிரம்பேர் இருக்கிறார்கள்.

உணவுக்கும் மனிதரின் குணத்திற்கும் தொடர்பிருக்கும் போலிருக்கிறது. கொடிய விலங்குகள் என வர்ணிக்கப் படுபவைகளுக்கும், சாதுவான விலங்குகள் என வர்ணிக்கப் படுபவற்றிற்கும் உணவுமுறையில் பெருத்த வேறுபாடுகள் இருக்கின்றன. ஆடு, மாடு, முயல் போன்றவை சாதுவாக இருப்பதற்கும்; புலி, சிங்கம் போன்ற காட்டுவிலங்குகளின் மூர்க்கத்திற்கும் உணவு பழக்கவழக்கங்களும் ஒரு காரணியா? அஹிம்சை வழிமுறையை காந்தி தேர்வு செய்ததில் அவரது உணவுமுறைக்கும் பங்கிருக்கிறதென்பது உண்மையா?

இருபத்தொராம் நூற்றாண்டில் இருக்கிறோம். எல்லா உணவுகளும் எல்லா நாடுகளிலும் கிடைக்கின்றன. பிரெஞ்சு பர்ப்யூம்களைப் போலவே, பிரான்சு நாட்டு ஒயின்களும் இந்திய முக்கிய நகரங்களில் கிடைக்கின்றன. இந்தியத் தந்தூரி, நான் *(Nan)*, மசாலா *(curry)* ஆகியவை உலகெங்கும் அறியப்பட்டிருப்பதைப் போலவே பிரான்சிலும் கிடைக்கின்றன. தீபாவளியென்றால், எங்கள் வீட்டில் அதிரசம், முறுக்கு, சோமாஸ், போளி, லட்டு (அதுவும் பூந்தி லட்டு எப்போதாவதுதான் ரவா லட்டே அதிகம்) இதைத்தான் செய்திருக்கிறார்கள். மைசூர்பாகு, ஜாங்கிரியை

கல்கி, விகடன் தீபாவளி மலர்களில்தான் பார்க்கவேண்டும். தவறினால், புதுச்சேரி உறவினர்கள் யாரேனும் அபூர்வமாக வாங்கிக்கொண்டுவந்தால்தானுண்டு. ஆனால் தற்போது கிராமத்தில்கூட 'ஸ்வீட் ஸ்டால்கள்' திறந்துவைத்திருக்கிறார்கள். கலர் கலராக அடுக்கிவைத்திருக்கிறார்கள், கவர்ச்சிக்கு ஈக்களின் ரெக்கார்ட் டான்ஸ் வேறு. புதுச்சேரிக்கு ஓர் அமெரிக்கன் *KFC* என்றால், குக்கிராமத்திற்கு ஒரு பாம்பே ஸ்வீட்ஸ்டால் ஏன் கூடாது, தாராளமாக வரலாம், ஆனால் கொழுக்கட்டைகளுக்கு பாதிப்பிருக்கக்கூடாது.

பிரான்சு நாட்டிலும் உலகின் ஏனைய நாடுகளைப்போலவே உலக நாடுகளின் ரெஸ்டாரெண்ட்கள் இருக்கின்றன. ஐரோப்பியரல்லாத ரெஸ்டாரெண்ட்களில் இந்திய மற்றும் சீன ரெஸ்டாரெண்ட்கள் பிரெஞ்சுக்காரர்கள் விரும்பிப் போகக்கூடியவை. இந்தியத் துணைக்கண்டத்தைச் சேர்ந்த எந்த நாட்டுக்காரராக இருந்தாலும் தங்கள் ரெஸ்டாரெண்டிற்கு காந்தியென்றோ, இந்திராவென்றோ, பாம்பே என்றோ, தில்லி என்றோ, தாஜ்மகால் என்றோ பெயர்வைப்பது பொதுவாக வழக்கில் இருக்கிறது. இந்தியா உட்பட இந்தியத் துணைக்கண்டத்தைச் சேர்ந்தவர்களுக்கு காந்தி தற்போதைக்கு ஒரு வியாபாரக் குறியீடு என்பதால், பாகிஸ்தானியர்கள் உட்பட காந்தி என்ற பெயரைத்தான் வைக்கிறார்கள், 'ஜின்னா'வென்று தங்கள் ரெஸ்டாரெண்டிற்குப் பெயரிடுவதில்லை.

'உணவென்பது உயிர்வாழ்க்கைக்கான ஒரு கலை'
(l'alimentation est un art de vivre)

பிரெஞ்சுக்காரர்கள் உணவுப்பொருட்களையும், உண்பதையும் உயிர் வாழ்க்கைக்கான ஒரு கலையாகத்தான் பார்க்கிறார்கள். உலகெங்கும் 'பிரெஞ்சு உணவுக்கலை'க்கும் *(la gastronomie française)*, பிரெஞ்சு சமையலுக்கும் *(la cuisine française)* எத்தகைய வரவேற்பும், மரியாதையும் இருக்கிறதென்பதைத் தெரிந்துவைத்திருக்கிறார்கள். ஓவியம், சிற்பம், படைப்பிலக்கியத்தைப்போல சமையலும் அவர்கள் கலைகளுள் ஒன்று. வெறும் வார்த்தை அலங்காரத்தோடு

இது முடிந்துவிடுவதல்ல. நீங்கள் விருந்தினர் என்றால் சாப்பிடுவதற்கு முன் சாப்பிடும்போது சாப்பிட்டபின் -உங்களை வழி அனுப்பும் வரை உங்களைத் தொடர்வது. உணவின் சுவை என்பது அழைத்தவர் 'காரம், கரிப்பு, உவர்ப்பு, இனிப்பு இவற்றின் கூட்டுத் தொழில்நுணுக்கத்தின் தயாரிப்பு மட்டுமல்ல சமைத்த உணவிற்குப் பொருத்தமான தட்டுகளைத் தேர்வுசெய்வது, சாப்பிடத் தூண்டும் வகையில் அவற்றைக் காட்சிப்படுத்துவது, பவ்யமாகப் பரிமாறுவது; அழைக்கப்பட்ட விருந்தினர் கண்கள், கைகள், வாய் மூன்றையும் நளினமாகத் தொழிற்படுத்தி உண்பது அவ்வளவும் அடங்கும். பிரெஞ்சு உணவில் நான்கு சொற்கள் அடிப்படையானவை: ரொட்டி, மாமிசம், பாற்கட்டி, ஒயின். இவற்றைத் தவிர சிம்பொனி இசைக்கலைஞர்கள் உபயோகிக்கிற பகத் (*Baguette*) என்கிற பெயரிலேயே அழைக்கப்படுகிற குச்சிபோன்ற நீண்ட ரொட்டியும் பிரெஞ்சுக்காரர்களின் அடையாளம். இங்கும் பிரதேச அடையாளங்களைக்கொண்ட உணவுவகைகளுக்கு உதாரணமாக அல்ஸாஸ் (*Alsace*)பிரதேசத்தின் 'தார்த் ஃப்ளாம்பே (*Tarte flambée*) ஷுக்ரூத்(*choucroute*); அக்கித்தேன்(*Aquitaine*) பிரதேச 'லெ ஃப்புவா கிரா'(*le foie gras*), 'லெ கொன்ஃபி தெ கனார்' (*le confit de canard*); தொர்தோஞ்ன் (*Dordogne*) பிரதேச 'லெ தூரன்'(*le tourin*), 'லெ ஃபிலெ தெ பெஃப்' (*le filet de bœuf*), 'சோஸ் பெரிகெ' (*sauce Périgueux*) போன்றவற்றைக் கூறலாம். அதுபோல பிரனெ அட்லாண்டிக் (*Pyrénées-Atlantiques*), கோர்ஸ்(*Corse*), ப்ரெத்தாஞ்ன் (*Bretagne*) உணவுகளும் பிரசித்தம். பாரீஸுக்கென்று பிரபலமான உணவுகள் இருக்கின்றன, தவிர பிரெஞ்சு ஷேஃப்(*Chef*)களும் புதிது புதிதாய்த் தயாரித்து வாடிக்கையாளரின் பாராட்டுதலுக்காகக் காத்திருக்கிறார்கள். உலகின் பிற பகுதிகளைப் போலவே இயற்கை விவசாய உற்பத்திப்பொருள்களுக்கு முக்கியத்துவம் கொடுக்க ஆரம்பித்திருக்கிறார்கள்.

உணவு வேளைகள்:

1. *Le Petit déjeuner* காலை உணவு: இன்றைக்கு உலகம் முழுவதும் பரவலாகச் சாப்பிடுகிற (அட்டைப்பெட்டிகளில் அடைத்த) *céréale* பிரெஞ்சுக்காரர்கள் இல்லங்களை ஆக்கிரமித்திருந்த போதிலும், பிரான்சு நாட்டின் தேசிய காலை உணவாக இடம்பிடித்திருப்பது க்ருவாஸ்ஸான்*(Croissant)*. இப்பிறை வடிவ பேஸ்ட்ரி வகை ரொட்டி; பால் கலவாத காப்பி, ஆரஞ்சு ஜூஸ், தேநீர், ஷொக்கொலா என்கிற சாக்லெட் பானம் இவற்றுள் ஏதேனும் ஒன்றுடன் காலை நேரங்களில் அவசரமாக தினசரியை மேய்ந்தபடி ஒரு பேஸ்ட்ரி *(viennoiserie)* கடையிலோ, ரெஸ்டாரெண்டிலோ, நட்சத்திர ஓட்டலொன்றின் டைனிங் ஹாலிலோ ஐரோப்பியர் ஒருவரைப் பார்க்க நேர்ந்தால் அநேகமாக அவர் பிரெஞ்சுக்காரராக இருப்பார். இன்று புதுச்சேரி உட்பட உலகெங்கும் க்ருவாஸ்ஸான் கிடைத்தாலும் பிரான்சு நாட்டுத் தயாரிப்புக்கு ஈடாக இல்லை. அப்படி பிரான்சு அல்லாத வேறு நாடுகளில் நன்றாக இருந்தால் அநேகமாக அந்தப் பூலான்ழெரி *(Boulangerie)* என்ற ரொட்டிக்கடையை நடத்துபவர் மட்டுமல்ல; அங்குள்ள ரொட்டிகளைத் தயாரிப்பவரும் பிரெஞ்சுக்காரராக இருக்கவேண்டும். பிரெஞ்சுக்காரர்கள் வேறு ஏதேனும் *(Pain au chocolat, baguette avec de la beurre, du miel, de la confiture)* காலை உணவாக எடுக்க நேர்ந்தாலும் அது எளிமையானதாகவே இருக்கும், ஆங்கிலேயர்போல காலையிலேயே பேக்கன், ஆம்லேட் என்று வயிற்றில் திணிக்கும் வழக்கமில்லை.

2. *Le déjeuner* அல்லது *le repas du midi*- மதிய உணவு: மதிய உணவுக்கு அவ்வளவாக முக்கியத்துவம் கொடுப்பதில்லை. தற்போதெல்லாம் பணிநேரத்தில் ஒரு மணிநேரமே சாப்பிடுவதற்கான நேரமென்று ஒதுக்கப்படுகிறது. இதில் ஓர் அரைமணிநேரத்தை உண்பதற்கென்று ஒதுக்கி அவசரகதியில் சாப்பிடுவதற்குப் பெயர் கஸ்க்ரூத் *(le casse-croûte)*. சாண்ட்விச், ஹாம்பர்கர் இரகங்கள் அவை. வீடுகளிலும் அநேகமாகச் சமைக்க நேரமில்லையெனில் டின்களில் அடைத்துவைத்த

உணவுகளைச் சுடவைத்து உண்பது வழக்கமாகிவிட்டது. மாறாக வார இறுதிநாட்களில் நிதானமாக (பன்னிரண்டு மணிக்கு உட்கார்ந்தால் இரண்டு இரண்டரைமணி நேரம்) மேசையில் அமர்ந்து பேசியபடி சாப்பிடுவார்கள்.

3. Le dîner அல்லது le repas du soir. மாலை உணவு: இதனை இரவு உணவு என அழைப்பதில்லை. பொதுவாக மாலை ஆறுமணியிலிருந்து இரவு எட்டுமணிக்குள் முடித்துக்கொள்வார்கள். விருந்தினர் வந்தால் இரவு மேசையைவிட்டு எழுந்திருக்க பன்னிரண்டு மணி ஆனாலும் பெயர் என்னவோ 'le repas du soir' தான். இரவு வேளைகளில்தான் அதிகம் அனுபவித்து உண்பார்கள். எனவே திருமணங்கள், பிறந்த நாள், வேறுவகையான கொண்டாட்டங்கள் அனைத்துமே முகூர்த்தநாள் பார்க்காமல் வார இறுதிநாட்களில் நடைபெறுகின்றன. இவ்விருந்தும் கொண்டாட்டமும் விடிய விடிய நீடித்தாலுங்கூட 'la soirée' என்றுதான் பெயர். மற்றபடி மதியம் இரவு இரண்டுவேளைகளிலும் முறைப்படி உண்பதெனில் எடுத்துக்கொள்ளும் உணவு வரிசைகளில் வேறுபாடுகளில்லை. அவை பொதுவாக ஆந்த்ரே (l'entrée), பிளா ஃப்ரன்சிபால் (le plat principal), தெஸ்ஸெர் (le dessert) என்று மூன்று கட்டமாக நடைபெறும்.

அ. l'Entrée அல்லது l'hors d'œuvre : ஆங்கிலத்தில் இதனை *appetizer* என்கிறார்கள். முக்கியமான உணவைச் சாப்பிடுவதற்கு முன்பாக எடுத்துக்கொள்ளும் எளிமையான உணவு அநேகமாக சலாத் (salade) அல்லது தெரீன் (terrine) அல்லது சூப் இவற்றில் ஏதேனும் ஒரு வகை சார்ந்ததாக இருக்கும்.

ஆ. Le plat principal : பிரான்சு நாட்டில் கிடைக்கும் காய்கறிகள், கடலுணவுப் பொருட்கள், மாமிசங்கள், பதப்படுத்தப்பட்ட இறைச்சி (charcuterie) ஆகியவற்றைக்கொண்டு தயாரிக்கப்படுபவை.

இ. Le Dessert இனிப்புப் பண்டமாகவோ, ஐஸ்கிரீம் ஆகவோ, பாற்கட்டி ஆகவோ இருக்கலாம்.

பெரும்பாலும் ஒயினுடனேயே சாப்பிடுகிறார்கள். சாதாரண

நாட்களில் குடும்பங்களின் வசதி மற்றும் படிநிலையைப் பொறுத்தது அது. மாறாக விருந்தினரை அழைத்திருந்தால் ஒயின் கட்டாயம், முக்கியப் பண்டிகை நாட்களில் அல்லது கொண்டாட்டங்களில் ஷாம்பெய்னும் முக்கியம். ஷாம்பெய்னும் பிரெஞ்சு சொத்துதான். பிரான்சு நாட்டில் *Champagne* என்றொரு பிரதேசத்தில் பிரத்தியேகமாகத் தயாரிக்கப்பட்ட ஒருவகை வெள்ளை ஒயின் *(le vin blanc)*தான் பின்னாளில் ஷாம்பெய்ன் ஆனது. அதுபோல பிரெத்தாஜ்ன் பகுதியில் ஆப்பிளிலிருந்து தயாரிக்கப்பட்டும் *'Cidre'*ம் பிரசித்தம். அதுபோல பிரான்செங்கும் ஒயின் தயாரிக்கப்பட்டாலும் பொர்தோ *(Bordeaux)* என்ற பிரதேசம் பிரபலமானது.

மதுபானம்

ஷமப்பாஞ்ன் என பிரெஞ்சுக்காரர்கள் அழைக்கிற ஷாம்பெய்ன், ஒயின், விஸ்கி, பிராந்தி இன்னும் பல மதுவகைகள் பிரெஞ்சுக்காரர்களின் உபயோகத்தில் உண்டு. இதில் பீர் குறிப்பாக வெயிற்காலங்களில், அல்லது உடல் உழைப்பை அதிகம் தருகின்றவர்கள் சோர்விலிருந்து விடுதலைபெற பீர் *(Bière)* குடிப்பார்கள். பீரிலும் மதுவற்ற பீர்கள் உண்டு, தவிர *Panache, Cidre* போன்ற மதுவற்ற வகைகள் உண்டு. ஷாம்பெய்ன் கொண்டாட்டங்களுக்கான பானம், போதையின் அளவு இதில் குறைவென்பதால் ஆண்கள் பெண்களென இரு பாலரும் குடிப்பார்கள். ஷாபெய்னை ஒத்த ஆனால் *soft drink* போன்ற பானங்கள் விசேட நாட்களில் சிறுவர்களுக்குக் கிடைக்கும். மதிய அல்லது இரவு உணவுக்கு முன்பாக, விருந்தினர் அல்லது நண்பர்களுடனும் *apéro* என்கிற *apérotif* மதுவை பசியைக்கூட்டவென்று அருந்துவதுண்டு, உணவின் போது மேசையில் சிவப்பு ஒயினோ, வெள்ளை ஒயினோ (குறிப்பாக பெண்களுக்கு) பரிமாறப்படும், பெரும்பாலான இல்லங்களில் இவை அன்றாட வழக்கு அல்ல. ஏற்கனவே கூறியதுபோல நண்பர்கள், அல்லது விருந்தினர்கள் வருகை தருகிறபோது, அல்லது முக்கிய விசேட நாட்களில். பிறகு உணவை முடித்தபின் செரிமானத்திற்காகக் குடிக்கப்படுபவை, *sprit, liqueur* போன்றவை. இவ்வழக்கு அனேகமாக அரிதாகத்தான் இருக்கிறது.

அப்பெரோ (*Apéro*)

இங்கே அப்பெரோ பற்றிப் பேசவேண்டும். விருந்து நாட்களில், விசேட நாட்களில், இந்த அப்பெரோ வகை மதுபானங்களை உபயோகிக்கும் வழக்கு இருக்கிறது. ஏற்கனவே கூறியதுபோல விருந்துகள், பிற கொண்டாட்டங்களின்போது ஆண் நண்பர்களுக்கிடையில் அப்பெரோ எடுக்கும் வழக்கம் அதிகம். 80 விழுக்காடு பிரெஞ்சுக்காரர்கள் அப்பெரோ தாசர்கள், விஸ்கி வகை மதுக்கள் இதில அடங்கும். வார இறுதியில், பணி ஓய்வு பெறுகிறபோது, கொஞ்சம் நிம்மதியாக இளைப்பாறவேண்டும் என நினைக்கிறபோது (இவர்கள் எண்ணிக்கை அதிகமாக இருக்குமென்று தோன்றவில்லை.) விஸ்கி குடிக்கும் வழக்கம் இருக்கிறது. இவை தவிர முக்கியமான தருணங்கள் உண்டு: வருட இறுதியில், நெருங்கிய உறவுகளைக் குடும்பத்துடன் சந்திக்கிறபோது, குளிர்காலம் முடிந்து, சூரியனை, எதிர்கொள்கிற நாட்களில் என்று காரணங்கள் இருக்கின்றன. பொதுவாக வீட்டிற்குப் புதிதாக எவரேனும் வந்தால், அவர்கள் இருக்கையில் அமர்ந்தவுடன் என்ன குடிக்கிறீர்கள்? என்று கேட்பதே இவ்வகை மதுவைக் குடிப்பார்கள் என்கிற அடிப்படையில் தான். நாம் காப்பி அல்லது டீ கொடுத்து உபசரிப்பதுபோல. இந்த அப்பெரோவில் பலவகை உண்டு. பாட்டிலிலிருந்து அளவாக ஊற்றவேண்டும் குடிப்பதற்கு,முன்பாக உங்கள் உடல் நலனுக்காக என்றோ நெருங்கிய நண்பர்களாக இருப்பின் *Tchin Tchin* என்றோ கூறி மது உள்ள பிறர் கிளாசைத் தொட்டுவிட்டு, குடிக்கவேண்டும், அப்படித் தொடும்போது, பிறர் *tchin tchin* கூற நீட்டுகிற கைகளுக்குக் குறுக்காக கையைக் கொண்டுபோகக் கூடாது.

உணவு மேசையில் கடைப்பிடிக்கப்படவேண்டியவை

விருந்துக்கு அழைத்திருந்தால், நல்ல ஒயின் பாட்டிலொன்றைப் பரிசாகக் கொண்டுபோவது நலம். கன்னங்களில் முத்தம் கொடுத்து வரவேற்ற பிறகு முதன்முறையாக அந்த வீட்டிற்கு வந்திருக்கிறவர்கள் என்றால், உங்கள் ஓவர்கோட்டை வாங்கி அதற்குரிய இடத்தில் மாட்டுவார்கள். உணவு

உட்கொள்ளப்படுவதற்கு முன்பாகப் பொதுவாக அப்பெரித்திஃப் *(l'apéritif')*ஐ வரவேற்புக் கூடத்தில் வைத்துக் கொடுப்பார்கள். இது அநேகமாக விஸ்கியாக இருக்கும். முடிந்ததும் மேசைக்கு என்பதைக் குறிக்கும் வகையில் *"à table"* என விருந்துக்கு அழைத்த வீட்டுப் பெண்மணி கூறினால், உணவு தயார், மேசையில் உட்காரலாம் என்று அர்த்தம். அப்பெண்மணியே அவரவர்க்கான இருக்கையையும் காட்டுவார் அல்லது வாய்மொழியாகத் தெரிவிப்பார். பெரிய விருந்துகளில் நாற்காலிக்கு முன்பாக மேசையில் அழைக்கப்பட்டவர்களின் பெயர்கள் இருக்கும். பொதுவாக தம்பதிகள் எதிரெதிராகவோ, ஒரு ஆண் ஒரு பெண்ணென்ற வரிசையிலோ உட்காருவது வழக்கம். மேசையில் கையைப் போடாமல் நேராக உட்காரவேண்டும். சாப்பிட ஆரம்பிப்பதற்கு முன்பாக விருந்துக்கு அழைத்த பெண்மணியே 'போன் அப்பெத்தி' *(Bon appétit)* எனக் கூறி விருந்தை ஆரம்பித்துவைப்பார். விருந்தினர்கள் பதிலுக்கு 'போன் அப்பெத்தி' எனக் கூறக்கூடாது. '*merci*' என நன்றியைத் தெரிவித்தால் போதும். உணவுப் பரிமாறல் *(l'entrée, le plat principal)* இடப்புறமிருந்தும், *le dessert* வலப்பக்கமும் பரிமாறத் தொடங்கவேண்டும். ஏதாவதொரு உணவு பிடிக்காத வகை எனில் 'நன்றி வேண்டாம்' எனக்கூறி மறுக்கவேண்டும். கைகளால் பொதுவாகச் சாப்பிடக்கூடாது, ஏதாவதொரு உணவுப்பொருளுக்குக் கையை உபயோகிக்க வேண்டியதெனின் எதிரில் அமர்ந்திருக்கும் விருந்துக்கு அழைத்த வீட்டுப் பெண்மணியே வழிகாட்டுவார். கூடையில் '*Pain*' எனும் ரொட்டித் துண்டுகளை வைத்திருப்பார்கள். அவற்றைக் கையால் எடுக்கலாம். ஆனால் பக்கத்தில் அமர்ந்திருப்பவர் கேட்டால் ரொட்டித் துண்டைக் கையில் எடுத்துக் கொடுக்கக்கூடாது, ரொட்டித் துண்டுகள் உள்ள கூடையை எடுத்துக் கையில் தரலாம். பிரெஞ்சுக்காரர்கள் பொதுவாக நிறையப் பேசுவார்கள், அதிலும் இரவு உணவின்போது அலுக்காமல் பேசிக்கொண்டிருப்பார்கள். பொதுவாக ஒயின் பாதி குடிக்கப்பட்டு வைத்திருந்தால், உங்களுக்கு இனி ஒயின் வேண்டாம் என்பதாக அர்த்தப்படுத்திக்கொள்வார்கள். வேண்டியிருந்தால் ஒயின் கோப்பை காலியாக இருக்கவேண்டும்.

உணவு உட்கொள்ளும்போது வாயில் உணவை வைத்துக்கொண்டு பேசக்கூடாது. அதுபோலவே முட்கரண்டியையோ கத்தியையோ ஆட்டி பேசவும் கூடாது, பிரெஞ்சுக்காரர்களுக்கு ஏப்பம் விடுவது நாகரிகமல்ல, அசம்பாவிதமாக ஏதேனும் நடந்தால் 'பர்தோன்' *(pardon)* எனக்கூறி மன்னிக்கக் கோருவது வழக்கம். சாப்பிட்டு முடிந்ததும் சில வீடுகளில் டிழெஸ்திபிற்கு *(Digestif)* என்றிருக்கிற அதாவது செரிமானத்திற்கு உதவுகிற மதுவைத் தருவார்கள். சிலர் காப்பியோ, தேனீரோ பருகிவிட்டு விடைபெறுவது உண்டு. புறப்படுகிறபோது அழைத்த விருந்தினர்கள் உங்கள் ஓவர்கோட்டை மறக்க வாய்ப்புண்டு, தவறாமல் கேட்டு அணியுங்கள். புறப்படும் முன்பாக சக பாலினத்திடம் கைகுலுக்கலும், எதிர்பாலினத்திடம் கன்னத்திற்கு இரண்டென முத்தங்களும் விடைபெறலைப் பூர்த்திசெய்யும்.

2. பிரெஞ்சு மக்கள்

உலகம் போகிற போக்கைப் பார்த்தால் 'யாதும் ஊரே யாவரும் கேளிர்' கூற்றை ஒரு மெய்மைக் கருத்தாக, தருக்க நியாயத்தின் முடிவாக ஏற்றுக்கொள்ளவேண்டியதுதான். உலகம் தோன்றிய நாள்தொட்டு புலப்பெயர்வுகள் இருக்கின்றன. பழங்காலத்தில் அடிப்படைத் தேவைகளின் பொருட்டோ, இயற்கைக் காரணங்களுக்காகவோ புலம்பெயர்ந்தார்கள். பின்னர் உபரிதேவைகளை முன்னிட்டு பொருளாதாரத்தில் மேம்பட்ட அல்லது சுபிட்சமான நாடுகளைத் தேடி மக்கள் இடம் பெயர்ந்தார்கள். பழங்காலந்தொட்டே இனம், மதம் அடிப்படையிலான உள்நாட்டுப் பிரச்சினைகள் புலம் பெயரலுக்குக் காரணமாக இருந்து வந்திருக்கின்றன. எனினும் இதுநாள்வரை காணாத அளவில் அண்மைக் காலமாக புலப்பெயர்வு உலகெங்கும் அதிகரித்துவருகின்றன. அறிவுசார் புலம்பெயர்தலைப் பெரிதும் வரவேற்ற ஐரோப்பிய நாடுகள் அண்மைக்காலமாக இடம்பெயரும் சராசரி மக்களின் புலம் பெயர்வை ஓர் அபாயமாகப் பார்க்கின்றன. காலம்காலமாக நிகழ்ந்துவரும் இப்புலம்பெயர்வுதான் மனிதனோடு ஒட்டிப் பிறந்த மண் அடையாளத்தை உதறக் காரணமாக

இருந்துவருகிறது. எனவேதான் பிரெஞ்சு மக்களைக் குறித்து எழுத நினைத்தபோது, புலம்பெயர்வும் சொல்லப்படவேண்டியதாக உள்ளது. இன்றைய இந்தியனோ, இலங்கையனோ, அமெரிக்கனோ அல்லது மேற்கு நாடுகளைச் சேர்ந்தவனோ "தனிஒருவன்" அல்ல; அவன் பல பண்புகளின் சங்கமம், பத்துத் தலையும் இருபது கைகளுங்கொண்ட இராவணன். அது போலவே, ஒரு பிரெஞ்சுக்காரன் என்பவன் எந்த நிறமாகவும் இருக்கலாம், எந்த மதமாகவும் இருக்கலாம், எந்த இனமாகவும் இருக்கலாம், தாய்மொழியாக எதுவும் இருக்கலாம், வடக்குத் தெற்கு, கிழக்கு மேற்கென்று வந்த திசை எதுவென்றாலும், தன் வாழ்நாளின் கணிசமான காலத்தைப் பிரான்சு நாட்டில் அல்லது அதன் தொலைதூர பிரதேசங்களில் (மர்த்தினிக், பிரெஞ்சு கயானா, குவாதுமுப் ரெயூனியன்) கழிக்க நேர்ந்த, பிரெஞ்சுக் குடியுரிமை பெற்ற அனைவருமே ஒருவகையிற் பிரெஞ்சு மக்கள்தான். அப்படித்தான் அவர்களுக்கு வழங்கப்பட்ட குடியுரிமை சொல்கிறது. ஆனால் நிஜத்தில் நடப்பது என்ன? இந்த நாட்டிற்கு ஏதேதோ காரனங்களால் புலம்பெயர்ந்து வந்தவர்கள் அனைவரும் பிரெஞ்சுக்காரர்கள் ஆகிவிடமுடியுமா? என்னிடம்கூட பிரெஞ்சு பாஸ்போர்ட் இருக்கிறது. சட்டம் அதன் பெயரால் உரிமைகளையும், வழங்கியுள்ளது. ஆனால் ஒரு ஐரோப்பிய நாடொன்றைப் பூர்வீகமாகக்கொண்ட ஒரு பிரெஞ்சுக் குடிமகனுக்கு நான் சமமா என்றால் இல்லை. எனக்கே என்னை பிரெஞ்சுக்காரனாக ஏற்பதில் குழப்பங்கள் இருக்கிறபோது அவர்களைக் குறை சொல்ல முடியாது.

அ. பூர்வீகப் பிரெஞ்சு மக்கள்?

இன்றைய பிரெஞ்சுமக்களைப் பற்றிப் பேசுவதற்கு முன்பாக, பிரெஞ்சைத் தாய்மொழியாகக்கொண்ட இம்மக்களின் சமூகம் வேர்பிடித்த காலம் அண்மைக்காலத்தில்தான் நிகழ்ந்தது, ஆயிரம் ஆண்டு பழமைகொண்ட வரலாறுக்கு அவர்கள் சொந்தக்காரார்கள் அல்ல. பிரெஞ்சுக் காரர்களின் பூர்வீக மக்கள் என்று பலரை வரலாற்றாசிரியர்கள் குறிப்பிடுகிறார்கள். 13ம் நூற்றாண்டில் இந்திய ஐரோப்பிய வழியில் வந்த

கெல்ட்டியர்கள் ஆயிரக்கணக்கில் இன்றைய பிரான்சுநாட்டில் குடியேறியதாகவும் அவர்களை ரொமானியர்கள் கொலுவா என அழைத்ததாகவும், அம்மக்களே பிரெஞ்சுக்காரர்கள் எனக் கூறுகிறவர்கள் இருக்கின்றனர். வேறு சில வரலாற்றாசிரியர்கள் பிரெஞ்சு மக்களின் முன்னோர்களென்று ரொமானியர்களைச் சொல்கிறார்கள். பிறகு பன்னிரண்டாம் நூற்றாண்டில் அரசாண்ட கப்பேசியன் முடியாட்சி, தம்மை பிரான்க் முடியாட்சி என அறிவித்துக்கொண்டதென்றும் அவர்கள் அரசாங்கம் பிரான்சியா என்றும், மக்கள் பிரான்சியர்கள் என்றும் அழைக்கப்பட்டதாக வரலாறு தெரிவிக்கிறது. இது தவிர பிரெத்தோன், பாஸ்க், நொர்மான் பிரதேசங்களைச் சேர்ந்த மக்களும் பிரெஞ்சுக்காரர்களின் முன்னோர்கள் என்று வரலாறு சொல்கிறது.

ஆ. புலம்பெயரும் மக்களும் பிரான்சும்

இன்றைக்கு பிரான்சு நாட்டின் குடிவரவு சட்டம் கடுமையான விமர்சனத்திற்கு ஆளாகி இருக்கிறது. பிரெஞ்சு மக்கள் இரண்டு பிரிவாக நின்று யுத்தம் செய்கிறார்கள். ஒரு பிரிவினர் தீவிர வலதுசாரிகள். இவர்கள் கிழக்கு ஐரோப்பிய நாடுகளைச் சேர்ந்த அண்மையில் ஐரோப்பிய ஒன்றியத்துடன் இணைந்த செக், ஸ்லோவாக்கியா, போலந்து, அங்கேரி முதலான நாடுகளின் அகதிகள் எதிர்ப்பு நிலையை வரவேற்கிறவர்கள். குறிப்பாக செக், அங்கேரி, ஸ்லோவாக்கியா போன்ற நாடுகள் கிருஸ்துவர்களை மட்டுமே அகதிகளாக ஏற்போம் என்கின்றன. டென்மார்க் நாடு அகதிகளுக்கான சலுகைகளைக் குறைத்துக்கொண்டதன் மூலம் அகதிகள் தங்கள் நாட்டிற்கு வரும் ஆர்வத்தை மட்டுப்படுத்தியிருக்கிறது. பிரான்சு நாட்டிலும் சில வலதுசாரிகள் தங்கள் நகரசபைகளில் கிருஸ்துவர்களுக்கு மட்டுமே இடமளிப்பதெனத் தீர்மானம் நிறைவேற்றியிருக்கிறார்கள். இந்த வலதுசாரிகள் சொல்லும் காரணம் ஈராக் மற்றும் சிரியா எல்லையில் இருக்கும் செழுமையான வளைகுடா நாடுகள் அகதிகளை ஏற்க முன்வராதபோது நாம் ஏன் உதவவேண்டும் என்பதாகும். இந்த வாதம் பிரெஞ்சு மக்களில் ஒரு சிலருக்கு ஏற்புடையதாக இருக்கிறது. இந்நிலையில்

பிரான்சு நாட்டு இடதுசாரிகளும் எதிர்வரும் தேர்தலைக் கணக்கிற்கொண்டு தங்கள் அகதிகள் ஆதரவு நிலையைச் சிறிது அடக்கி வெளிப்படுத்தப்படவேண்டிய நிர்ப்பந்தம். ஈராக், சிரியா நாடுகளிலிருந்து வரும் அகதிகளை மட்டுமே ஏற்பது, பொருளாதாரக் காரணங்களை முன்னிட்டு அகதித் தகுதிக்கு விண்ணப்பிக்கும் அந்நியர்களை நிராகரிப்பது, இனி வருங்காலத்தில் படிப்படியாக அகதி விண்ணப்பங்களைக் குறைப்பது எனப் பேசிவருகிறார்கள்.

1793ம் ஆண்டில் பிரெஞ்சுப் புரட்சியாளர்கள் தங்கள் அரசியல் சட்டத்தில், சொந்த நாட்டிலிருந்து நாடு கடத்தப்பட்டவர்களுக்கு புகலிட அனுமதி வழங்குவதென தீர்மானித்தார்கள். இதன்படி நல்ல பொருளாதார வாழ்க்கைக்காக பிரான்சு நாட்டிற்கு வரும் வெளிநாட்டவர்க்கு எல்லைக் கதவுகள் திறந்தன. புகலிடம் தேடிவருபவர்களும் தங்கள் உழைப்பு, ஆற்றல், இரண்டையும் முழுமையாக அளித்து நாட்டின் பொருளாதாரம், ஜனநாயகம், பண்பாடு ஆகியவற்றுக்கு உதவுவார்கள் என பிரான்சு எதிர்பார்த்தது. இத்தாலி, ஸ்பெயின், பெல்ஜிய மக்களின் வருகை பிரான்சு நாட்டின் தொழிற்துறை வளரக் காரணமாயிற்று. அவ்வாறே முதல் உலகப்போருக்குப் பின் கிழக்கு ஐரோப்பிய நாடுகளிலிருந்து குறிப்பாக போலந்து அர்மீனியா, ரஷ்யா மக்களால் பிரான்சு வளம்பெற்றது. அறுபதுகளில் வட ஆப்ரிக்க நாடுகள், ஆசிய பிரெஞ்சுக் காலனி மக்கள் பிரான்சு நாட்டின் ராணுவம் பொருளாதாரம் ஆகியவற்றுக்குப் பெரிதும் உதவியிருக்கிறார்கள். கலை இலக்கியமுங்கூட அதிக இலாபத்தை அடைந்திருக்கிறது வெளிநாட்டிலிருந்து பிரெஞ்சில் எழுதிப் புகழ் பெற்ற எழுத்தாளர்கள், ஓவியர்கள், பாடகர்கள் பட்டியல் நீளமானது: குந்தெரா, யூர்செனார், ஸொல்ல, மாலூப் என நிறையக் கூறலாம்.

இ. பிரான்சும் தமிழர்களும்:

பிரெஞ்சுத் தமிழர்கள் என்கிறபோது அவர்கள் புதுச்சேரி மக்கள் மட்டுமல்ல. பிரெஞ்சு மண்ணோடு, மொழியோடு, கலாச்சாரத்தோடு ஏதோவொருவகையில் தொடர்புடைய

தமிழர்களெல்லாம் பிரெஞ்சுத் தமிழர்களெனில், மொரீஷியஸ் தமிழர்களும், இலங்கைத் தமிழர்களுங்கூட பிரெஞ்சுத் தமிழர்களாகிறார்கள். ஏறக்குறைய ஒன்றரை இலட்சம் தமிழர்கள் பிரான்சில் இன்றைக்கு வசிக்கிறார்களெனில் அவர்கள் இந்தியா (புதுச்சேரி), இலங்கை, மொரீஷியஸ் நாடுகளிலிருந்து அரசியல் மற்றும் பொருளாதாரக் காரணங்களை முன்னிட்டு இங்கு குடியேறியவர்கள். இம்மூன்று பிரிவினரும் எண்ணிக்கை அளவில் ஏறக்குறைய சமமாகவே இருக்கிறார்கள்.

காலனிய ஆதிக்கத்தின் விளைவாக புதுச்சேரி மற்றும் காரைக்காலைச் சேர்ந்த இந்தியத் தமிழர்களும், மொரீஷியஸ் தமிழர்களும் பிரான்சுக்குக் குடியேறியவர்கள். இந்துமாக் கடலைச் சேர்ந்த பிரெஞ்சுத் தீவுகளில் இந்தியர்கள் குறிப்பாக, தமிழர்கள் 17ம் நூற்றாண்டிலேயே கப்பலில் கொண்டுவரப்பட்டு குடி அமர்த்தப்பட்டனர். தொடக்கத்தில் அடிமைகளாகவும், பின்னர் தோட்டத் தொழிலாளர்களாகவும் உதாரணமாக பெனுவா துய்மா என்பவர் கவர்னராக இருந்த காலத்தில் பதினெட்டாம் நூற்றாண்டின் தொடக்கத்தில் காப்பித்தோட்டத்தில் பணிபுரியவென்று 300 புதுச்சேரி தமிழர்கள் அழைத்துவரப்பட்டு ரெயூனியன் என்ற தீவில் குடியமர்த்தப்பட்டார்கள். நாளடைவில் அவர்கள் மர்த்தினிக், குவாதுலுப், பிரெஞ்சு கயானா தீவுகளென்று பரவி வசித்தனர். பின்னர் அவர்களில் பலர் ஐரோப்பிய எல்லைக்குள்ளிருந்த பிரெஞ்சு பிரதேசத்துக்குக் குடிவந்தனர். இவ்வரலாறு மொரீஷியஸுக்கும் ஓரளவு பொருந்தும். 1940களில் இரண்டாம் உலகப் போரின் போது பிரான்சு பிற காலனிகளிலிருந்து எப்படி யுத்தத்திற்கு ஆள் சேர்த்ததோ அவ்வாறே தமது வசமிருந்த இந்திய காலனிப் பகுதிகளிலிருந்தும் வீரர்களைக் கொண்டுவந்தது. புதுச்சேரி அடித்தட்டு மக்கள் பலரும் இவ்வாய்ப்பை பயன்படுத்திக்கொண்டு பிரெஞ்சு ராணுவத்தில் சேர்ந்தனர். பிரான்சு நாட்டில் இன்றுள்ள புதுச்சேரி மற்றும் காரைக்காலைச் சேர்ந்த இந்தியத் தமிழர்களில் பெரும்பாலோர் பிரெஞ்சு ராணுவத்தில் பணிபுரிந்தவர்களாகவோ அல்லது அவர்கள் சந்ததியினரின் இரத்த உறவுகொண்டவர்களாகவோ

இருப்பார்கள். இந்தியா ஆங்கிலேயரிடமிருந்து விடுதலை பெற்றதை அடுத்து, புதுச்சேரி மாநிலம் 1954, நவம்பர் 1 முதல் விடுதலை பெற்று இந்தியாவுடன் 'இணைப்புத் தீர்மான ஒப்பந்தத்தின்' (De-facto settlement') அடிப்படையில் இணைந்தது. இதனால் எழுந்த சிக்கல்களைத் தீர்த்துக்கொள்ள 1956இல் இந்தியாவுக்கும் பிரான்சுக்குமிடையில் மீண்டுமொரு ஒப்பந்தம் கையொப்பமிடப்பட்டது. தொடர்ந்து 1962, ஆகஸ்ட் 16இல் 'நடைமுறை அதிகார மாற்ற ஒப்பந்தத்தில்' (De-jure Transfer) இந்தியப் பிரதமர் நேருவும் பிரஞ்சுத் தூதுவரும் கையொப்பமிட்டனர். இவ்வொப்பந்தம் புதுச்சேரி மக்களுக்கு இந்தியா அல்லது பிரான்சு நாட்டு குடியுரிமைகளுள் இரண்டிலொன்றைத் தேர்ந்தெடுத்துக்கொள்ளும் வாய்ப்பினை நல்கி, அவ்வாய்ப்பினை மேலும் ஆறுமாத காலம் நீட்டிக்கவும் செய்தார்கள். அதன் பலனாக கணிசமான அளவில் புதுச்சேரி, காரைக்கால்வாசிகள் மீண்டும் பிரான்சுக்கு வரநேர்ந்தது. இது புதுச்சேரி தமிழர்கள் பிரான்சுக்கு வரநேர்ந்த வரலாறு. இலங்கைத் தமிழர்களைப் பொறுத்தவரை சென்ற நூற்றாண்டில் எண்பதுகளில் நடந்த இனக் கலவரத்திற்குப் பிறகு பிரான்சுக்குக் குடிவந்தவர்களென்பது அண்மைக்காலங்களில் திரும்பத் திரும்ப நாம் வாசித்தறிந்த வரலாறு.

பிரான்சு நாட்டில் குடியேறிய வெளிநாட்டினர் பொருளாதார அடிப்படையில் நன்றாகவே வாழ்கின்றனர். எக்காரணத்தை முன்னிட்டு புலம்பெயர்வு இருந்தாலும், நாட்டில் பிரச்சினை தீர்ந்தவுடன் அல்லது பொருளாதார காரணங்களால் இங்கு வந்தவர்கள் ஓரளவு பொருள் சேர்த்தவுடன் சொந்த நாட்டிற்குத் திரும்புவது வழக்கமில்லை. இன்று நேற்றல்ல புலம்பெயருதல் என்றைக்குத் தொடங்கியதோ அன்றிலிருந்தே இது ஒருவழிச் சாலையாகத்தான் இருக்கிறது. மதுரையிலிருந்து சென்னைக்குக் குடியேறினாலும் சரி, மாஸ்கோவிலிருந்து பாரீஸுக்கும் வந்தாலும் சரி, விதியொன்றுதான். இதற்குப் பல காரணங்கள் சொல்லப்படுகின்றன. பெற்றோர்கள் எப்படியிருப்பினும், பிள்ளைகள் குடியேறிய நாட்டின் பண்பாட்டில் ஊறியபின் உலர்வது எளிதாக நடப்பதில்லை. தவிர சொந்த நாடு வந்த நாடு

இருதரப்பின் பலன்களையும் எடைபோட்டு பார்க்கிறபோது வந்த நாட்டில் பலன்கள் கூடுதலாக இருப்பதும் ஒரு காரணம். புலம்பெயர்ந்த மக்களுக்கு மட்டும் நன்மையென எண்ணவே வேண்டாம். புலம்பெயர்ந்த மக்களை ஏற்ற நாடுகளும் இதில் இலாபம் பார்த்திருக்கின்றன.

66.3 மில்லியன் மக்கட்தொகையைக்கொண்ட பிரான்சு நாட்டில், 70 விழுக்காடு மக்கள் பூர்வீக மக்களென்றும் மற்றவர்கள் இந்தத் தலைமுறையிலோ அதற்கு முன்போ புலம்பெயர்ந்து வந்தவர்கள் அல்லது அவர்களின் வாரிசுகள். இப்புலம்பெயர்ந்த மக்களிலும் 40 விழுக்காடு மக்கள் ஐரோப்பிய நாடுகளிலிருந்து பிரான்சுக்குள் குடியேறியவர்கள். ஐரோப்பாவிலிருந்து புலம்பெயர்ந்து வருகிற மக்களுக்கு பிரச்சினைகள் பொதுவில் இருப்பதில்லை. ஆனால் ஆசிய ஆப்ரிக்க, தென் அமெரிக்க நாடுகளிலிருந்து புலம்பெயரும் மக்களிடமே உள்ளூர் மக்களுக்கு வெறுப்பிருக்கிறது. அந்த வெறுப்பினை உமிழ்கிறவர்கள் பெரும்பாலும் பூர்வீக பிரெஞ்சு மக்கள் அல்ல புலம்பெயர்ந்த ஐரோப்பியர்களின் வாரிசுகள். பிரான்சு நாட்டு மக்களில், பிற ஐரோப்பிய நாடுகளைப்போலவே கிறித்துவர்கள் அதிக எண்ணிக்கையில் இருக்கின்றனர். இரண்டாவது மதமாக இஸ்லாம் இருக்கிறது; சுமார் ஏழுமில்லியன் மக்கள் அச்சமயத்தைச் சார்ந்தவர்களாக இருக்கிறார்கள். எனினும் 40 விழுக்காடு பிரெஞ்சு மக்கள் கடவுள் நம்பிக்கை அற்றவர்களாகவும், 60 விழுக்காடு மக்கள் ஏதாவதொரு சமயத்தைச் சார்ந்திருக்கிறபோதும் மதச்சடங்குகள், சம்பிரதாயங்களைப் பொருட்படுத்தாமல் வாழ்கிறவர்கள் என வாக்கெடுப்புகள் தெரிவிக்கின்றன.

கடந்த மூன்று தலைமுறைகளாக பிரான்சு நாட்டில் வாழ்ந்து வரும் மக்களின் குணம் எப்படி? எளிதில் உணர்ச்சிவசப்படுவார்கள். பரிசுப் பொருட்களுக்குச் சட்டென்று மயங்குபவர்கள். அந்நியர்களை அத்தனை சீக்கிரம் பொதுவில் நம்ப மாட்டார்கள். தங்களைப்பற்றி உயர்ந்த அபிப்பிராயங்கள் உண்டு, பிறரைக் குறிப்பாக மூன்றாவது உலக நாட்டினரைக் குறைத்து மதிப்பிடுவார்கள். வரலாறு பிரிட்டிஷ்காரர்களை

உயர்த்திப் பிடிப்பது காரணமாகவோ என்னவோ கனவில்கூட 'So British!' காதில் விழுந்துவிடக்கூடாது. ஆங்கிலம் கூடவே கூடாது ஆனால் அமெரிக்கர்கள் பேசினால் Bravo! ஆனால் இந்த 'Bravo' இத்தாலியிலிருந்து புலம்பெயர்ந்து வந்தது,

3. பிரெஞ்சுக் குடிமக்களும் ஆட்சியாளர்களும்

"Arrête ce cinéma" என அலறுகிறார் ஒரு மேயர் அவருக்கு என்ன பிரச்சினை. நகரில் கேட்பாரற்றுச் சுற்றித் திரிகிற ஒன்றிரண்டு மாடுகள்தான் பிரச்சினை. அலறிய இடம். நீதிமன்றம்.

இரவு பதினொரு மணிக்குக் களைத்துப் படுக்கிறார். விவேக்கின் பிரெஞ்சு மேக் உள்ளூர்வாசி ஒருவர், "சன்னலைத் திறந்தால், தெருவாசலில் ஒரு பசுமாடு நிற்கிறது, நகராட்சிக் காவல் துறைக்கு போன் போட்டு அரைமணி ஆயிற்று, இதுவரை பதிலில்லை, ஏதாவது செய்ய முடியுமா? இந்த மாட்டை அப்புறப்படுத்த ஏதாவது நடவடிக்கை எடுக்கமுடியுமா?" என மறுமுனையில் கேட்டுக்கொண்டால், தொலைபேசியை எடுத்த மேயர் உடனடியாக நடவடிக்கை எடுக்க வேண்டும். அதன்பிறகுதான் படுக்கை, மனைவி எல்லாம். தவறினால் நீதிமன்றத்தில் அவரைக் கொண்டுபோய் நிறுத்தலாம்.

"1988ம் ஆண்டே மாட்டுக்குச் சொந்தக்காரருக்கு எதிராகப் புகார் கொடுக்கப்பட்டது 2004ம் ஆண்டு மேயரானேன், சம்பந்தப்பட்ட நபருக்கு பல கடிதங்கள் நகராட்சியின் சார்பில் எழுதியிருக்கிறேன். எனினும் அவருடைய மாடுகள் எங்கள்

நகராட்சியின் எல்லைக்குட்பட்ட பகுதிகளில் அவ்வப்போது சுற்றித் திரிவது தொடர்கின்றது. அந்த மாடுகளைப் பிடித்துச்சென்று அடைத்தும் பார்த்தாயிற்று, ஒவ்வொரு முறையும் அதற்குரிய கட்டணத்தைச் செலுத்தி மாடுகளை மீட்டுச் செல்லும் மாடுகளுக்குச் சொந்தக்காரர், மாடுகளைக் கவனியாமல் அலைய விடுவது தொடர்கிறது. எனவே இப்பிரச்சினைக்குத் தீர்வு கேட்டு இங்கு வரவேண்டியதாயிற்று" என நீதிமன்றத்தில் புலம்பிய மேயர் 'ரூலான்ஸ்' என்ற நகரைச் சேர்ந்தவர். உள்ளூரின் நிர்வாகப் பிரச்சினைகளோடு, சுற்றித்திரியும் மாடொன்று ஒரு நாயை முட்டினால் கூட, காற்றில் ஒரு மரக்கிளை முறிந்து அப்புறப்படுத்தாமல் கிடந்தால் கூட ஒரு மேயர் தண்டிக்கப்படலாமென பிரெஞ்சு சட்டம் சொல்கிறது.

நாட்டின் அதிபர் பிரான்சு நாட்டின் கப்பல் கட்டும் தளமொன்றுக்கு (Saint-Nazaire) வருகை தருகிறார். அங்கிருந்த தொழிலாளர்களுடன் வரிசையாகக் கைகுலுக்கிக்கொண்டு வருகிறார். ஆனால் ஓர் இடதுசாரி தொழிற்சங்கத்தைச் சேர்ந்த தொழிலாளி ஒருவர் (Sébastien Benoît), அதிபர், தொழிலாளர் விரோதப் போக்கைக் கடைப்பிடிப்பதாகக் கூறி, அவருடன் கைகுலுக்க மறுக்கிறார். நீங்கள் பிரெஞ்சுக் குடிமகனாக இருந்தால், தனி ஆளாக நின்று மேயரை மட்டுமல்ல; நாட்டின் அதிபரைக்கூட சாலையில் தடுத்து நிறுத்தி பிரச்சினைகளை வைக்க, உங்கள் கோபத்தைக் காட்ட, விமர்சிக்க முடியும் என்பதற்கு அண்மை உதாரணம் இது. இந்த பிரெஞ்சுக் குடி மகன் யார்?

பிரெஞ்சுக் குடியுரிமை.

பிரான்சு நாட்டில் பிரெஞ்சுக் குடியுரிமை நான்கு வழிமுறைகளில் கிடைக்க வாய்ப்புள்ளது:

1. Droit du Song இரத்த அடிப்படையிலான உரிமை: பெற்றோர்களில் எவரேனும் ஒருவர் பிரெஞ்சுக் குடிமகனாக இருப்பின் அவர்களுடைய குழந்தையும் இயல்பாகவே பிரெஞ்சுக் குடிமகனாக முடியும்.

2. *Droit du sol:* பிறந்த இடத்தை அடிப்படையாகக் கொண்ட உரிமை: இது இரு வகைப்படும்:

அ. *Double droit du sol:* பிறந்த மண்சார்ந்த (பிரான்சு) இரட்டை உரிமை இதன்படி பெற்றோர் வெளிநாட்டினராக இருந்து, அவர்களில் ஒருவர் பிரான்சு நாட்டில் பிறந்திருந்து, அவர்களுடைய குழந்தை பிரான்சு நாட்டில் பிறந்திருந்தால், இவ்வுரிமையின் அடிப்படையில் குடியுரிமை தானாகக் கிடைக்கும்.

ஆ. *Droit du sol simple différé:* பிறந்த நாட்டின் அடிப்படையிலான ஒற்றை உரிமை: பெற்றோர்கள் இருவருமே வெளிநாட்டில் பிறந்தவர்களாக இருந்தாலுங்கூட, அவர்களுடைய பிள்ளை பிரான்சு நாட்டில் பிறந்திருந்தால் குடியுரிமைக்கு வழியுண்டு. பதினாறு வயதிலிருந்து விண்ணப்பிக்கலாம். தவிர பதினொறு வயதிலிருந்து தொடர்ந்தோ, விட்டுவிட்டோ ஐந்து ஆண்டுகள் பிரான்சு நாட்டில் வசித்திருக்கவேண்டும். பதின்மூன்று வயதிலிருந்து பதினாறு வயதிற்குள் விண்ணப்பம் செய்வதாக இருப்பின் பிள்ளையின் பெற்றோர் அதனைச் செய்யவேண்டும்.

3. *Naturalisation* தனது பூர்வீகக் குடியுரிமையைத் துறந்து பிரான்சு நாட்டின் குடியுரிமையைப் பெறும் முறை. சட்டப்படியான தகுந்த வயதை அடைந்து, குறைந்தது ஐந்து ஆண்டுகள் பிரான்சு நாட்டில் வாழ்ந்த ஒரு வெளிநாட்டவர் குடியுரிமைக்கு விண்ணப்பிக்கலாம். விண்ணப்பிக்கும் வெளிநாட்டவர் உயர்கல்வி பெற்றவராக இருந்தாலோ, அவரால் பிரான்சு நாட்டிற்குப் பயன்கள் உண்டு என அரசாங்கம் நினைத்தாலோ இரண்டு ஆண்டுகள் பிரான்சு நாட்டில் தங்கியிருந்தாலே போதுமானது. ஆனால், நீதிமன்றத்தால் அவர் தண்டிக்கப்பட்டவராக இருக்கக் கூடாது. ஆனால் இவ்வகை விண்ணப்பத்தை அரசாங்கம் காரணத்தை வெளிப்படையாகக் கூறாமல் நிராகரிக்க முடியும். தவிர நேர்காணலில் விண்ணப்பதாரர் பிரெஞ்சு மொழியில் அவருக்குள்ள தேர்ச்சியையும், பிரெஞ்சு சமூகத்துடனும், பண்பாட்டுடனும் அவர்க்குள்ள இணக்கத்தை உறுதி செய்தல்வேண்டும்.

4. Le Mariage திருமணத்தின் அடிப்படையிலும் குடியுரிமை கோரலாம். பிரெஞ்சுக் குடியுரிமைபெற்ற ஒருவரை மணமுடித்த ஆண் அல்லது பெண் நான்காண்டு குடும்ப வாழ்க்கைக்குப் பிறகு விண்ணப்பிக்கவேண்டும், விண்ணப்பிக்கும் தருணத்தில் விண்ணப்பதாரரின் கணவன் அல்லது மனைவி பிரெஞ்சுக் குடியுரிமையுடன் இருக்கவேண்டும். வெளிநாட்டில் வசிக்கும் தம்பதிகளாக இருந்தால் ஐந்து ஆண்டுகளுக்குப்பிறகு விண்ணப்பிக்கலாம். இங்கும் விண்ணப்பதாரர் பிரெஞ்சு மொழி தேர்ச்சி, பிரெஞ்சுப் பண்பாடு, சமூகம் இவற்றுடனான ஆர்வம் இவற்றை உறுதி செய்வது அவசியம். 2010 கணக்கின்படி 143000 வெளிநாட்டினர் புதிதாக பிரெஞ்சுக் குடியுரிமை பெற்று பிரான்சு நாட்டில் வாழ்வதாகச் சொல்லப்படுகிறது. 2015 மக்கள் தொகை கணக்கெடுப்பின்படி பிரான்சு நாட்டில் குடி உரிமை மறுத்து அந்நியர்களாகவே தங்கள் வாழ்க்கையைத் தொடருகிற மக்களும் இருக்கவே செய்கின்றனர். பிரான்சு நாட்டின் மக்கள் தொகையில் அவர்களின் விழுக்காடு ஆறு. அதாவது 3.8 மில்லியன் மக்கள்.

வாக்குரிமை பெண்கள், அந்நியர்கள்

பிரான்சு நாட்டில் வாக்குரிமை வரலாறு பதினெட்டாம் நூற்றாண்டில் சரியாகச் சொன்னால் பிரெஞ்சுப்புரட்சிக்குப் பிறகு மக்களுக்கு வாய்த்தது. பிரெஞ்சுப் புரட்சியை வழி நடத்தியவர்கள் பூர்ழ்வாக்கள் (Bourgeoise) Bourg என்றால் கிராமங்களுக்கிடையில் அமைந்த நகரம் (உதாரணம் - Strasbourg) ஆக நகரவாசிகள் எனச் சுருக்கமாக வைத்துக்கொள்ளலாம். எனவே 1789 வாக்கில் குறைந்த பட்ச வரித்தொகையைச் செலுத்தியவர்களுக்கே வாக்குரிமை எனச் சொல்லப்பட்டது. வாக்குரிமையின் ஆரம்ப காலத்தில் எல்லா நாடுகளுமே இதைக் கடைபிடித்திருக்கின்றன. தவிர வாக்களிக்கும் வயது 30 ஆகவும் ஆண்களுக்கு மட்டுமே வாக்குரிமை என்ற நிலைமை இருந்தது. பிரெஞ்சுப் புரட்சியில் பெண்கள் பங்கெடுத்திருந்த போதிலும் இரண்டாம் உலகப்போர் வரை பெண்களுக்கு ஓட்டுரிமை இல்லை. அவர்கள் ஒன்றரை நூற்றாண்டுகாலம்

தங்கள் வாக்கைப் பயன்படுத்த காத்திருந்தார்கள். 1944ம் ஆண்டு ஏப்ரல் மாதம் 21ந்தேதிதான் பிரெஞ்சுப் பெண்கள் வாக்களிக்கும் உரிமையை ஆண்களுக்கு ஈடாகப் பெற்றார்கள். தவிர 1946 வரை பிரெஞ்சுப் பிரதேசத்தில் வசித்த ஐரோப்பியர்களுக்கே வாக்குரிமை இருந்தது. பிரான்சு நாட்டின் கடல் கடந்த பிரதேசங்களில் வாழ்ந்த கறுப்பரின மக்களுக்கும் பிரான்சு நாட்டின் காலனி மக்களுக்கும் ஓட்டுரிமை இல்லை. அவ்வாறே 1988வரை நிரந்தர முகவரி இல்லாதவர்களுக்கு வாக்குரிமை மறுக்கப்பட்டு வந்தது. 18வயதை அடைந்த ஆணும் பெண்ணும் வாக்குரிமையைப் பயன்படுத்த முடியுமென்றாலும் இந்த உரிமையை பிரான்சு நாட்டில் வாழும் பிரெஞ்சுக் குடிமைபெற்ற பதினெட்டு வயதைப் பூர்த்தி செய்த மக்களே பயன்படுத்த முடியும். அவர்களைப்போலவே பிரெஞ்சுக் குடியுரிமையற்ற ஐரோப்பிய ஒன்றியத்தைச் சேர்ந்த நாடுகளின் (உதாரணம்: ஜெர்மன், இங்கிலாந்து குடியுரிமையைப் பெற்றவர்களும் பிரான்சு நாட்டின் தேர்தல்களில் வாக்கு அளிக்க முடியும்) ஆனால் ஐம்பது ஆண்டுகளுக்கு மேலாக பிரான்சு நாட்டில் வசித்தாலும் அவர்கள் சட்டத்திற்குட்பட்ட பிரஜைகளாக, நாட்டின் பொருளாதாரம் பிற துறைகளில் உதவுபவர்களாக இருப்பினும் பிரெஞ்சுக் குடியுரிமையைத் தேர்வு செய்யாததால் அவர்களுக்கு வாக்குரிமை இல்லை.

4. ஆக்கலும் அழித்தலும்

அ. நவம்பர் 13, 2015 - இரவு 8.30 மணி

ஷெரி (Dear)வீக் எண்டிற்கு, நம்ம முதல் வருட திருமண நாளைக் கொண்டாட, 'Le Bataclan' இசை அரங்கில் ராக் நிகழ்ச்சியொன்றுக்கு இரண்டு டிக்கெட் வாங்கி வச்சிருக்கேன், சர்பிரைஸாக இருக்கவேண்டுமென்று உங்கிட்ட சொல்லல, போகலாமா?

ஆ. நவம்பர் 13, 2015 - இரவு 9 மணி

Salut mon pote(My dear friend)! என்ன செய்யற?

பிரான்சு ஜெர்மன் மேட்ச் பார்க்கணும்னு இருக்கேன், எங்கும் வெளியிலே வர்ரதா இல்ல.

இன்றைக்கு என் பிறந்த நாள ரெஸ்ட்டாரெண்ட்ல கொண்டாடப்போறேன் வந்திடுன்னு சொல்லியிருந்தேனே மறந்துட்டியா?

நல்லவேளை ஞாபகப்படுத்தின, நான் மறத்துட்டேன் என்னை மன்னிச்சுடு அரைமணி நேரத்துலே அங்கே இருப்பேன்.

எங்கேன்னு ஞாபகம் இருக்கா?

-Paris 11ème, "la Belle équipe தானே வந்திடறேன்.

இ. நவம்பர் 13, 2015 – இரவு ஒன்பது மணி

தங்கள் ரெஸ்ட்டாரெண்டிற்குள் கணவன் மனைவி பிள்ளைகள் இருவர் என நுழைகிற குடும்பத்தினரை le Petit Cambodge, உணவு விடுதி ஊழியர் வரவேற்று அவர்கள் ரிசர்வ் செய்திருந்த மேசையில் உட்காரவைக்கிறார்.

இப்படி ஏதேதோ காரணத்தை முன்னிட்டு தினசரி வாழ்க்கையில் சங்கடங்களிலிருந்து விடுபட்டு கணநேர சந்தோஷத்திற்காக வீட்டில் அடைந்து கிடக்க விரும்பாமல் வெளியிற் சென்ற பலர் வீடு திரும்பமாட்டோம் என நினைத்திருக்கமாட்டார்கள். அடுத்தடுத்து ஆறு இடங்களில் நடந்த பயங்கரவாதத்தின் தாக்குதல் இவர்களின் உயிரை மட்டும் குடிக்கவில்லை, அவர்களின் கனவுகளை, வாழ்க்கை மீதான பற்றுதல்களை, அவர்களிடம் உறவாடியும் நட்புகொண்டும், அவர்களை ஆதரித்தும், அவர்களை நேரடியாகவோ மறைமுகமாகவோ சார்ந்து வாழ்ந்தவர்களின் நம்பிக்கைகளையும் சிதற அடித்திருக்கிறது. உயிரைப் பறிகொடுத்தவர்கள் 129 பேர், படுகாயமுற்றும் உயிர்பிழைப்பார்களா என்ற நிலைமையில் இருப்பவர் 80 பேர், 300க்கும் அதிகமாகக் காயம்பட்டோர் என்கின்றன கிடைக்கும் தகவல்கள். பிள்ளையும் தாயுமாக சாப்பிட உட்கார்ந்து மகனைப் பறிகொடுத்த தாய், காதலனைப் பறிகொடுத்த காதலி, ஒரு குடும்பத்தில் தந்தை தாய் மூத்த சகோதரி மூவரையும் பறிகொடுத்துவிட்டு அனாதையான சிறுவன், பெரும்பாலோர் வயது 30க்கும் கீழ். இப்படி இறந்தபின்னும் தொடரும் அவலங்கள்.

பாரீஸிலிருந்து 500 கி.மீ தள்ளி வசிக்கிறேன் என்னிடமும் பத்திரமாக இருக்கிறாயா என்ற கேள்வியை நண்பர்களும் உறவுகளும் வைக்கிறார்கள். மனித மனத்தின் இயல்புப்படி நம்முடைய உறவுகள் நன்றாக இருக்கிறார்கள் அது போதுமே என்கிற குரூரத் திருப்தி நமக்கு. பாதிக்கப்பட்டவர்களைப்

பற்றிய உரையாடல் சில நாட்கள் நீடிக்கும், அதன் பிறகு அவரவர்க்கு ஆயிரம் பிரச்சினைகள் கவலைகள் இருக்கின்றன. இதுதான் வாழ்க்கை, எதார்த்தம் என்கிற சமாதானம் இருக்கவே இருக்கிறது. தொலைபேசியில் "கடலூர்தான் மழையால் பாதிக்கப்பட்டிருக்கிறது, புதுச்சேரியில் பிரச்சினை இல்லை" என்ற செய்தி தருகிற அதே அற்ப சந்தோஷம்.

கொலையாளிகளும் கொலையுண்டவர்களும்

எதிர்பாராத மனித உருவில் வந்த சுனாமித் தாக்குதலால் மனித உயிர்களுக்குப் பெருஞ்சேதம். கொலையுண்டவர்களுக்கும் கொலையாளிகளுக்கும் என்ன பிரச்சினை. முன்விரோதமா? பங்காளிகளா? வரப்பு அல்லது வாய்க்கால் சண்டையா? இவர்கள் தின்ற சோற்றில் மண்ணை அள்ளிப் போட்டார்களா? கூட்டு வியாபாரத்தில் மோசடியா? அல்லது தொழிற்போட்டியா? அல்லது குறைந்தபட்சம் தங்கள் வாழ்நாளில் இதற்கு முன்பு கொலையாளிகளும் கொலையுண்டவர்களும் சந்தித்ததுண்டா?

ஒவ்வொரு வருடமும் தற்போது நவம்பர் மாதம் பிறக்கிறபோதெல்லாம் திக் திக் என்கிறது. புண்ணியவான்கள் அப்படியொரு வரத்தை அந்த மாதத்திற்கு வழங்கியிருக்கிறார்கள். நவம்பர் 13ஆம் தேதியும் பிற நவம்பர் பயங்கரவாதத் தாக்குதல் தேதிகள்போல வரலாற்றில் இடம் பிடித்துவிடும். மனித மனங்கொண்டோர் அதிர்ச்சிக்குள்ளாகும் வகையில் சம்பவம் நடந்து முடிந்துவிட்டது. பிறக்கிற உயிர்கள் ஒவ்வொன்றும் மரணதண்டனையைப் பெற்றவைதான். இயற்கை எப்போது அதனை நிறைவேற்றுமென்கிற தேதியை மட்டும் அறியாமலிருக்கிறோம், அவ்வளவுதான். தேதி தெரியவந்தால் வாழ்க்கை சுவாரஸ்யமற்றுப் போய்விடும். தங்கள் கொலைச் செயலைப் புரிந்த கணத்திலேயே, அதற்குரிய தண்டனையைக் கொலையாளிகள் பெறவேண்டுமென்பது இயற்கையின் தீர்ப்போ என்னவோ அவர்களுக்குரிய தண்டனையையும் அப்போதே நிறைவேற்றிவிடுகிறது. ஆனால் கொலையுண்டவர்களுக்கு வேண்டுமானால் அவர்களின் மரணம் எதிர்பாராததாக இருந்திருக்கலாம், ஆனால் கொலையாளிகளுக்குத்

தங்கள் செயலை அரங்கேற்றும் தினத்துடன், மரணமும் இணைந்திருப்பது விந்தை.

பெரியண்ணன்களால் மூளைச் சலவை செய்யப்பட்ட இம்மனிதர்கள் உண்மையில் அப்பாவிகள். சாவிகொடுத்த பொம்மைகளாக, நடைப்பிணம்போல இயங்கி மடியும் அடிமைகள். அவர்கள் சாகாமலிருந்தால் மரணதண்டனைக்குச் சாத்தியமற்ற பிரான்சு நாட்டில் ஜனநாயக நாடென்ற பாரத்தையும் சுமந்திருப்பதால் குற்றவாளிகளே ஆனாலும் சட்டப்படி கடைப்பிடிக்கவேண்டிய நெறிமுறைகள் இருக்கின்றன. விசாரணை, நீதிமன்றம், தண்டனை, பிறகு (வசதியான) சிறைவாசம் என்பதற்கு அரசாங்கத்தின் வரிப்பணத்தில் கணிசமாக ஒரு பகுதியைச் செலவிட வேண்டிய கட்டாயம் இருக்கிறது. ஆக கொலையாளிகள் பிரான்சு நாட்டினை விரோதமாகப் பாவித்த பின்பு, அவர்கள் செலவில் தங்கள் உயிரைப் பேணுவது எவ்விதத்திலும் நியாயமுமில்லை. ஏதோவொரு காரணத்தை முன்னிட்டு தங்கள் உயிரை தாங்களே முடித்துக்கொள்ள அவர்களுக்குப் பூரண உரிமை இருப்பதாகவே வைத்துக்கொள்வோம், ஆனால் அப்பாவி உயிர்களைக் கொல்வதில் என்ன நியாயம் இருக்கிறது? நீட்சே கூறுவதுபோல "அவர்கள் என்னுடைய விரோதிகள், வீழ்த்துவதொன்றுதான் அவர்கள் விருப்பம், சுயமாக படைப்பதல்ல" என்றுதான் நம்மை நாமே தேற்றிக்கொள்ள வேண்டியிருக்கிறது.

பிரெஞ்சு மக்களுக்குள்ள பொறுப்பு

"குர்ஆனை படித்த எந்த முஸ்லிமும் இந்த மாதிரி தீவிரவாதச் செயலில் ஈடுபடமாட்டான். உலகின் எல்லா ஜமாஅத்களிலும், இந்த ISIS தீவிரவாதிகளை அழித்து ஒழிக்க வேண்டும் என்று தீர்மானம் போட்டு ஐ.நா. சபைக்கு அனுப்பி உலக மக்கள் அனைவரையும் இதில் ஒத்துழைக்கும்படி கேட்டுக் கொள்ளவேண்டும்." என்று முகம்மது நைனாமுகம்மது என்ற நண்பர் 'தி இந்து' (நவம்பர்14) தமிழ் தினசரியில் கருத்துத் தெரிவித்ததை வாசித்தேன். இவர் கருத்தொப்ப மனிதர்கள் இஸ்லாமிய சமயத்தில் நிறையப்பேர் இருக்கிறார்கள்.

பாரீஸிலுள்ள இஸ்லாமியத் தலைவர்களில் பலரும் நவம்பர் 13 பாரீஸ் சம்பவத்தைக் கண்டித்திருக்கிறார்கள். பாரீசில் பிரெஞ்சு அரசாங்கத்தின் கீழ் பேசுகிற இஸ்லாமியத் தலைவர்களைக் காட்டிலும் திரு. நைனா முகம்மது' போன்றவர்களின் பதிவு முக்கியமானது. பிறரைக் காட்டிலும் கொடிய வன்முறைச்சம்பவங்களை இஸ்லாமியச் சகோதரர்களே முன்வந்து கண்டிக்கிறபோது அது கூடுதலாகக் கவனம் பெறும்.

இந்நிலையில் பயங்கரவாதத்தால் பாதிக்கப்பட்ட பிரெஞ்சு மக்களுக்கும் பொறுப்புகள் இருக்கின்றன. முதலாவதாக இவர்களைக் குழப்பவென்றே காத்திருக்கிற தீவிர வலதுசாரிகள் விரிக்கின்ற வலையில் விழமாட்டார்கள் என நம்புகிறேன். ISIS தீவிரவாதிகள் இழைத்த குற்றத்திற்காக நாம் தினம்தோறும் சந்திக்கிற எதிர்கொள்கிற, உங்களைப்போன்றும் என்னைப் போன்றும் சமூகத்துடன் இணக்கமாக வாழும் இஸ்லாமியக் குடும்பங்களைச் சந்தேகிக்க முடியாது. ஒன்றிணைந்து வாழ நினைக்கிற சமூகத்தில் குழ்ப்பத்தை உண்டுபண்ணுவதுதான் ISIS அமைப்பின் நோக்கம். அதன்மூலம் கூடுதலான இஸ்லாமியர் ஆதரவைப் பெறமுடியுமென்பது அவர்கள் கனவு, அக்கனவினை நிறைவேற்ற பிரெஞ்சு மக்கள் உதவமாட்டார்களென நம்புவோம். இஸ்லாமிய அறிவுஜீவிகளுக்கு உள்ள பொறுப்பு மேற்குலக அறிவுஜீவிகளுக்கும் இருக்கிறது. இருபத்தொராம் நூற்றாண்டின் பிரச்சினைகளில் அமெரிக்காவிற்கும் மேற்குநாடுகளுக்கும் கணிசமாகப் பங்குண்டு. ஒரு சில நாட்களுக்கு முன்பாக பிரெஞ்சு தொலைக்காட்சிகளில் பிரான்சு நாட்டின் அண்மைக்கால சாதனையாக ரபால் (Rafale) என்ற போர் விமானங்களின் விற்பனை அதிகரித்திருப்பதைப் பெருமையுடன் செய்தியில் தெரிவித்தார்கள். எகிப்துக்கு 24, கத்தார் நாட்டிற்கு 24, இந்தியாவிற்கு 36 என்கிற அவ்விற்பனை நமது கற்பனைக்கு எட்டாத தொகையை, பிரான்சுக்கு வருமானமாகக் கொண்டுவருமெனச் சொல்கிறது. மேற்குலக நாடுகளின் இதுபோன்ற காரியங்களும் பயங்கரவாதம்தான். எதிராளியை விசாரணைக்கு உட்படுத்துவதற்கு முன்பாக நம்மையும் விசாரணைக்குட்படுத்துவது அவசியம்.

இறுதியாக நாம் அனைவரும் விளங்கிக்கொள்ளவேண்டியது இன்றைய உலகம் பன்முகத்தன்மைகொண்டதென்ற உண்மையை. மனிதர்க்கிடையே முரண்பட்ட நம்பிக்கையும், கொள்கைத் தேர்வும் தவிர்க்கமுடியாதவை. எனினும் ஒரு சமூகத்தின் அமைதியான பொதுவாழ்க்கைக்கு அச்சமூகத்தைச் சேர்ந்த அங்கத்தினர்களிடையே இணக்கம்வேண்டும் தவறினால் குழப்பங்களும் கலவரங்களுமே மிஞ்சும்.

5. கனாக் (Kanak) போராளிகள்

மனிதர் சுதந்திரத்திற்குக் கேடு என்கிறபோது, இரட்சகர்களில் ஒருவராக அறிவித்து பிரான்சு தன்னை முன்னிலைப்படுத்துகிறது. அகதிகள் பிரச்சினை எனில் கண்ணீர் வடிக்கிறது, ஓடிச்சென்று உதவிக்கரம் நீட்டுகிறது. சிரியா அதிபரையோ, ரஷ்ய அதிபரையோ கண்டிக்கிறபோது உரத்து கேட்கிற குரல் வளைகுடா நாடுகளில், சீனாவில் மனித உரிமைகள் நசுக்கப்படுகிறபோது, நமுத்துப்போகிறது. அமெரிக்காவிற்கு விடுதலைச் சிலையை அனுப்பிவைத்த நாடு, 'சுதந்திரம், சமத்துவம், சகோதரத்துவத்தை' நாட்டின் கோட்பாடாக உலகிற்கு அறிவிக்கும் நாடு என்ற பெருமைகளைக் கொண்ட பிரான்சு நாட்டின் சொந்த வரலாறு கொண்டாடக்கூடியதாக இல்லை.

பிரான்சு நாட்டின் நிலப்பரப்பு 675000 ச.கி.மீ. இந்தியாவின் நிலப்பரப்பில் (3288000 ச.கி.மீ) ஏறக்குறைய ஆறில் ஒரு பங்கு. ஆனால், மக்கட்தொகையில் இந்தியாவினும் பார்க்க பலமடங்கு குறைவு (67.5 மில்லியன் மக்கள்). ஹெக்டார் ஒன்றுக்கு ஒருவர் என்ற வீதத்தில் மக்கட்தொகை என்பதால் பொருளாதாரப் பகிர்வில் ஏற்றத் தாழ்வுகள் அதிகமில்லை. கிருத்துவ மதம் 80

விழுக்காடு மக்களின் மதமாக இருந்தபோதிலும், தீவிரமாக மதச்சடங்குகளை; சம்பிரதாயங்களைப் பின்பற்றுபவர்கள் குறைவு. இனவெறி, நிறபேதம் ஆகியவை அண்மைக் காலங்களில் தலைதூக்கியிருப்பது உண்மை என்கிறபோதும், நாஜிக்கள் கால அனுபவங்களை நினைவுகூர்ந்து, அக்கொடூரங்களைத் திரும்ப அழைப்பதில்லை என்றிருப்பவர்களே அதிகம். நாட்டின் ஒரே மொழியாகப் பிரெஞ்சு இருப்பது மிகப்பெரிய அனுகூலம்.

பொதுவாகவே பிற ஆயுதங்களினும் பார்க்க மொழி ஆயுதம் ஒப்பீடற்றது. தங்கள் மொழியின் பலத்தை அதன் வீச்சை மேற்கத்தியர்கள் நன்கு உணர்ந்தவர்கள். மார்க்ஸ் சமயத்தைப் போதைப்பொருள் என்றார். எனக்கென்னவோ மொழிதான் போதைப்பொருளாகப் படுகிறது. மேற்கத்தியர்கள் கொண்டுவந்த ஆங்கிலமும், பிரெஞ்சும், ஸ்பானிஷூம்- உலகின் வாழ்வாதாரத்தைத் தீர்மானிக்கும் சக்தி இவைதான் எனக் கற்பிதம் செய்யப்பட்ட போதையில் மயங்கிக் கிடக்கிறோம். கல்வி, அறிவியல் மற்றும் பொருளாதார வாழ்க்கையோடு பின்னிப் பிணைந்து இன்று உலகின் இயல்புகளை இம்மொழிகள் புரட்டிப்போட்டிருக்கின்றன. இப்போதைக்கு அசலான சிகிச்சை அளித்த நாடுகள் மீண்டிருக்கின்றன. தங்கள் மொழிக் கயிறுகொண்டு உலகின் பல பகுதிகளில் சுதந்திரக் குரல்வளைகள் வெகு எளிதாக நெரிக்கப்பட்டன. அதிகாரத்தால், பொருளால் சாதிக்காததை மொழியால் சாதித்தார்கள். சிறுபான்மையினரை அடிமைப்படுத்த மொழி ஓர் ஆயுதம். காலனி ஆதிக்கத்தின்பேரால் பிற நாடுகளை இவர்கள் தேடிச் சென்றபோதும், இன்று அகதிகளாக இவர்களைத் தேடிவரும் மக்களிடமும் இவர்களின் மொழிதான், அற்புத விளக்காக அட்சயபாத்திரமாகக் கையில் கொடுக்கப்படுகிறது- இவர்கள் கொடுக்கும் அட்சயபாத்திரம் மணிமேகலைக் கையிலிருக்கிற அட்சயபாத்திரமல்ல, பரதேசிகள் கையிலிருக்கும் திருவோடு, பிச்சையெடுக்க மட்டுமே பயன் தரும். நம்மைப் பிச்சைகாரர்களென புரிந்து வைத்திருக்கின்றன.

உண்மையைச் சொல்லப்போனால் பிரான்சு நாடு மேற்கு ஐரோப்பிய நாடு மட்டுமே அல்ல. அதன் பெரும் அளவு நிலப்பரப்பு ஐரோப்பாவில் இருக்கிறது என்று வேண்டுமானால் கூறலாம். கிட்டத்தட்ட 1000 கி.மீ நீளம் கிழக்கு மேற்காகவும் 1000 கி.மீ. நீளம் வடக்குத் தெற்காகவும் பரந்துகிடக்கிற மேற்கு ஐரோப்பாவில் இருக்கும் பிரான்சு நாட்டின் 22 பிராந்தியங்களிலும் (தற்போதைய கணக்கின்படி கூடிய விரைவில் நிர்வாகச் செலவைக் குறைக்க இவற்றில் பதினைந்து பிராந்தியங்களை ஒன்றோடொன்று இணைத்து ஏழு பிராந்தியங்களாக மாற்றும் திட்டம் இருக்கிறது) தென் அமெரிக்காவில் கயானா; அட்லாண்டிக் பெருங்கடலில் உள்ள குவாதுலூப், மர்த்தினிக் முதலான பிராந்தியங்கள்; பசிபிக் பெருங்கடலில் உள்ள பிரெஞ்சு போலினெஸி, நூவல் கலெதொனி பிராந்தியங்கள்; இந்தியப் பெருங்கடலிலுள்ள ரெயூனியன், மயோத் முதலானவை; பிறகு அண்டார்டிக்கில் ‘லாத்தேர் அதெலி’ ஆகிய அனைத்துப் பிரதேசங்களிலும் புவியியல் அமைப்பு, இனம், சமயம், பண்பாடு என மக்கள் வேறுபட்டிருப்பினும் அவர்களை அடக்கியாள நாட்டின் ஒரு மொழிக் கொள்கை உதவுகிறது. பிரெஞ்சு மொழிதான் பிரதான மொழி. பிரெஞ்சுப் பிரதேசங்களைப் பற்றி எழுத நினைத்த இவ்வேளையில், மொழிக்கும் பிரான்சுநாட்டின் அதிகாரத்தை ஆளுமையைத் திடப்படுத்தும் ஊட்டசக்தியாக பிரெஞ்சு மொழியின் பயன்பாடு இருக்கிறது என்பதைக் கூறுவது அவசியமாகிறது. பிரான்சு நாட்டில் பிராந்திய மொழிகள் உதாரணத்திற்கு அல்ஸாசியன், கோர்ஸ், கனாக் பாஸ்க், கத்தலான், ஒக்ஸித்தான் போன்றவை இருக்கின்றன. ஆனால் அவை இன்று செல்வாக்கின்றி இருக்கின்றன. இவற்றின் காரணத்தை விளங்கிக்கொண்டால் எதிர்காலத்தில் தமிழுக்கும் அப்படியொரு நிலைமை ஏற்படாதவாறு தடுக்கவியலும், குறிப்பாக ‘தமிழ் வாழ்க’ என மேடையேறும் கூட்டம் விளங்கிக் கொள்ளுதல் அவசியம்.

அல்ஸாசியன், கோர்ஸ், கனாக் பாஸ்க், கத்தலான், ஒக்ஸித்தான் எனப் பல மொழி சிறுபான்மை மக்களிடையே ‘கனாக்’

மக்கள் மேற்குலக ஐரோப்பியரிடமிருந்து இனத்தால், பண்பாட்டால், மொழியால் வேறுபட்டவர்கள். தாங்கள் அடிமைப்பட்டிருப்பதாக நினைத்தார்கள், தங்கள் இருத்தலைத் தெரிவிக்க நினைத்தார்கள். 'இதுவரை சரி ! இனி சரிவராது !' எனச் சொல்ல நினைத்தார்கள். அவ்வப்போது கிளர்ச்சியில் இறங்குகிறார்கள். அடிமைப்பட்டுக்கிடக்கும் மக்களின் கிளர்ச்சி அடைந்தால் விடுதலை, தவறினால் அவர்களின் உயிரிழப்பில் முடிந்ததாகத்தான் வரலாறுகள் தெரிவிக்கின்றன. கனாக் மக்கள் விடயத்திலும் அதுதான் நடந்தது.

1988ம் ஆண்டு ஏப்ரல் மாதம் தேதி 22: நாட்டில் அதிபர் தேர்தல் முதற் சுற்று நெருங்கிக்கொண்டிருந்த நேரம், பிரான்சு நாட்டுக்குச் சொந்தமான கடல் கடந்த பிராந்தியங்களில் நூவல் கலெதொனி பிராந்தியத்தில், கனாக் சோஷலிஸ்ட் விடுதலை முன்னணி *(Front de la Libération nationale Kanak Socialiste)* அமைப்பைச் சேர்ந்த இரு அங்கத்தினர்கள், யூனியன் கலெதொனியன் அமைப்பின் இளைஞர் பிரிவின் தலைவராக இருந்த அல்போன்ஸ் தியானு என்பவரைச் சந்திக்கிறார்கள். FLNKS உறுப்பினர்கள் இருவரும், யூனியன் கலெதொனியன் இளைஞரைச் சந்தித்த நோக்கம் உள்ளூர் காவல் நிலையத்தை முற்றுகையிட்டு தங்கள் கோரிக்கையை நிறைவேற்றிக்கொள்வது. ஏற்கனவே அப்படியொரு கோரிக்கையை முன்வைத்து காவல் நிலையமொன்றை முற்றுகையிட அவர்கள் கோரிக்கை நிறைவேறியுள்ளது. ஆனால் இம்முறை அவர்கள் கோரிக்கை: நடக்கவிருக்கும் தேர்தலில் குறிப்பாக பிராந்திய நிர்வாகத் தேர்தலில் வாக்களிக்கிற உரிமை தீவின் பூர்வீக மக்களுக்கே உரியதென்றும்; அரசாங்கத்தால் குடியமர்த்தப்பட்ட ஐரோப்பியருக்கு தங்கள் தலைவிதியைத் தீர்மானிக்க உரிமை இல்லையெனக் கூறி அரசாங்கத்திடம் தேர்தலை நடத்தக்கூடாதென்றார்கள். காவல் நிலையத்தை முற்றுகையிட முனைந்தபோது காவலர்கள் எதிர்த் தாக்குதல் நடத்துவார்கள் என எதிர்பார்க்கவில்லை. இரண்டு காவலர்கள் உயிரிழக்கிறார்கள். காவல் நிலைய முற்றுகை இப்படியொரு இக்கட்டான நிலைமையில் முடிந்ததற்கு யூனியன்

கலெதொனியனே காரணமெனச் சொல்லப்படுகிறது. சிறை பிடித்தவர்கள் பிணைக்கைதிகளுடன் இரு பிரிவாக ஆளுக்கொரு திசைக்குச் சென்றனர். ஒரு பிரிவு அடுத்த நான்கு நாட்களுக்குப் பிறகு நிர்வாகத்திற்கு அடிபணிந்து சரணடைந்தது. மற்றொரு பிரிவு இடதுசாரி அதிபர் பதவியிலிருந்ததால் அரசாங்கம் பேச்சுவார்த்தைக்கு வரும், தங்கள் கோரிக்கை நிறைவேறும் என நினைத்தார்கள். ஆனால் முடிவு வேறுவிதமாக அமைந்தது.

அப்போது அதிபராக சோஷலிஸ்டுக் கட்சியைச் சேர்ந்த பிரான்சுவா மித்தரான் என்பவரும் பிரதமராக வலதுசாரி கட்சியைச் சேர்ந்த மூாக் சிராக் என்பவரும் இருந்தார்கள். இருவரும் அதிபர் தேர்தலில் வேட்பாளர்கள், எதிரெதிர் அணியில் நின்றார்கள். இப்பிரச்சினையில் கனாக் சுதந்திரப் போராளிகளுக்கு ஆதரவாக எந்த முடிவினை எடுத்தாலும் அது பெருவாரியான ஐரோப்பிய பிரெஞ்சு மக்களின் வாக்கினை இழக்கக் காரணமாகலாம். எனவே வலதுசாரி கட்சியைச் சேர்ந்த மூாக் சிராக் தமது செல்வாக்கை உயர்த்திக்கொள்ள ராணுவத் தாக்குதல் நடத்தி பிணைக் கைதிகளாக உள்ள காவலர்களை மீட்பதென்று முடிவெடுத்தார். இடதுசாரி அதிபர் மித்ரானும் இதை ஏற்கவேண்டிய கட்டாயம். விளைவாக 'விக்டர் நடவடிக்கையினால்' *(Opération Victor)* 19 கனாக் போராளிகளைக் கொன்று ராணுவம் பிணைக்கைதிகளாக இருந்த காவலர்களை ராணுவம் மீட்டது. இந்நடவடிக்கையில் இரு ராணுவ வீரர்கள் உயிரிழந்தார்கள். ஆனால், பிரெஞ்சு அரசாங்கம் மேற்கொண்ட இந்த நடவடிக்கையில் பல போராளிகளை அவர்கள் பிடிபட்டபிறகு கொல்லப்பட்டார்கள் என்ற விமர்சனத்தை மனித உரிமை ஆணையம் வைத்திருக்கிறது. கனாக் அமைப்பினர், ராணுவம், நூவல் கலெதொனி தொடர்ந்து பிரெஞ்சு நிர்வாகத்தில் இருக்கவேண்டும் என்கிறவர்கள் எனப் பலரும் இந்நடவடிக்கை குறித்து மாறுபட்ட கருத்தினை வைக்கிறார்கள். இந்நிலையில் வேறுவழியின்றி FLNKS பிரதிநிதி அரசாங்கத்தின் ஒப்பந்தத்தில் கையொப்பமிட்டு சில உறுதிமொழிகளைப் பெற்றதைத்தவிர பெரிதாக பலனேதுமில்லை. அதிலொன்று 2014-2018க்குள் பூர்வீக மக்கள் விரும்பினால் படிப்படியாக

ராணுவம், காவல்துறை, நீதித்துறை, நாணயம் இவை நீங்கலாக பிறவற்றில் சுதந்திரமாகச் செயல்படுவதற்கான அனுமதி. ஆனால் இவையெல்லாம் உண்மையில் நிறைவேற்றப்படும் என்பதற்கு எவ்வித உத்தரவாதமுமில்லை. நூவல் கலெதொனி தவிர, கோர்ஸ், பாஸ்க் மக்கள் கூட தங்கள் சுதந்திரத்திற்காக கனவுகொண்டிருப்பவர்கள்தாம்.

1960களில் 'நூவல் கலெதொனி 'பூர்வீக மக்கள் சொந்த நாடு குறித்த கண்ட கனவு 1988ல் சிதைந்த கதை இது. பதினெட்டாம் நூற்றாண்டில் புரட்சிக்குப் பின் பிரெஞ்சு குடிமக்களுக்கு அறிவித்த 'சுதந்திரம், சமத்துவம், சகோதரத்துவம்' பொய்யாய்ப் பழங்கதையாய்ப் போன கதையின் சுருக்கம்.

II

1. கலையும் இலக்கியமும்

கலையும் இலக்கியமும் ஓர் இனத்தின் கல்வியறிவு, சிந்தனை, பண்பாடு சார்ந்த விடயம். இன்பத்தை உடல்சார்ந்த உயிர்சார்ந்ததெனப் பிரித்து வகைப்படுத்த முடியுமெனில் கலையும் இலக்கியமும் உயிர்சார்ந்தவை. மனித உயிர்களுக்கென்று வாய்த்த பிற உயிர்களுக்கு அமையாத அனுபவம். மனிதன் மட்டுமே தான் என்னவாக பிறந்தானோ, அல்லது என்னவாக இருக்கிறானோ அப்படி இருக்கமுடியாதென மறுக்கக்கூடிய உயிரி. அம்மறுப்பை கலை இலக்கிய வழிமுறைகளால் வெளிப்படுத்துவதென்பது ஓர் உபாயம் அல்லது உத்தி. வாழ்வின் நோக்கம் உண்பதும் உறங்குவதும், இனவிருத்தியோடு திருப்தியடைவதும் என முடித்துக்கொள்கிற விலங்குகள்போலன்றி, அதற்கும் அப்பால் என்பதை உணர்ந்த மனித ஆற்றலின் வெளிப்பாடு. என்னவாக இருக்கிறோமோ, என்னவாக காண்கிறோமோ அந்த இயற்கை உண்மையை, இயல்பு நிலையை அவன் விரும்பும் வகையில், சகமனிதனின் ஒப்புதல் வேண்டி திருத்த முற்படுவதுதான் கலையும் இலக்கியமும். அவை ஆன்மாவின் பலம், அறிவின் பலம்.

கலை இலக்கியப் படைப்பாளிகள் ஐயன் வள்ளுவன் கூறுவதைப்போல அவைக்கு அஞ்சாதோர், சொல்லின்

தொகையறிந்த தூய்மையவர். 'கேட்டார் பிணிக்கும் தகையவாய்க் கேளாரும், வேட்ப மொழிவதாம் சொல்' என்ற இலக்கணத்திற்குப் பொருந்த தொழில்படுபவர்கள். மனித வாழ்க்கையின் மகிழ்ச்சிகள், அவலங்கள், மேடு பள்ளங்கள், குறைநிறைகள், அழகுகள், கோரங்கள் ஆகியவற்றைக் கலைப்படுத்தும் வல்லுனர்கள். தன்னுடைய சொந்த அல்லது தான் சாட்சியாகவிருந்த சகமனிதரின் வாழ்க்கை அனுபவங்களை வெளிப்படுத்துதலும், அதேவேளை அவ்வனுபவம் எவ்வகையில் தனித்துவம் பெறுகிறதென்பதை என்பித்தலும் கலை இலக்கியவாதிகளின் கடப்பாடு. எனவேதான் ஒரு நாட்டைக் குறித்து, ஓர் இனத்தைக் குறித்து விவாதிக்கிறபோது இலக்கியமென்கிற எடைக்கல்லையும் தராசையும் கையிலெடுப்பது தவிர்க்க முடியாததாகிறது. பிரெஞ்சு, தமிழ்போல கல் தோன்றி மண் தோன்றா காலத்தில் தோன்றிய மூத்தகுடிகளின் மொழியல்ல. இலத்தீன் மொழியிலிருந்து திரிந்த அடித்தட்டு மக்கள் மொழியாக, கீழ்மக்கள் மொழியாகத்தான் தொடக்க காலத்தில் இருந்தது. பதின்மூன்று பதினான்காம் நூற்றாண்டுகளில்தான் தன்னை இன்னாரென்று உணர்ந்துகொண்ட மொழி. இருந்தும், உலகின் முக்கிய மொழிகளில் இன்றைக்கு பிரெஞ்சும் ஒன்று. பிரான்சு நாட்டில் மட்டுமின்றி பெல்ஜியம், கனடா, லக்ஸம்பர்க், சுவிட்ஸர்லாந்து, தவிர உலகில் 51 நாடுகளில் வழக்கிலுள்ள மொழி, குறிப்பாக ஆங்கிலத்தைப் போலவே, பிரான்சுநாட்டின் காலனி நாடுகள் அனைத்திலும் சாபம்போல ஆயுள் முழுக்க விலக்க முடியாமல் தொடரும் மொழி. உலகமெங்கும் பரவலாக உபயோகத்திலிருக்கிற பிரெஞ்சு மொழியின் இலக்கியம், பிரெஞ்சு மக்களால் மட்டுமே படைக்கப்பட்டதல்ல, அதிலும் நவீன பிரெஞ்சு இலக்கியம், உலகில் எங்கெல்லாம் பிரெஞ்சுமொழி பயன்பாட்டில் உள்ளதோ அந்நாடுகளின் பங்களிப்பினாலும் ஊட்டம் பெற்றுள்ளதென்பதை நாம் மறந்துவிடமுடியாது.

பிரான்சு நாட்டின் தனித்தன்மை

மொழி அளவில் ஆங்கில மொழிக்கு இரண்டாம் இடத்தில்

பிரெஞ்சு மொழி இருப்பினும், இலக்கியம் தத்துவம் ஆகிய துறைகளில் உலகச் சிந்தனையில் பிரெஞ்சு மொழியின் பங்களிப்பை உதாசீனப்படுத்துதல் இயலாது. இவ்வெற்றிக்கு அடிப்படையில் உள்ள வலுவான காரணங்கள் பல. நூற்றாண்டுகளைக்கடந்து இன்றுவரை பொறுப்புடனும் அக்கறையுடனும் ஆட்சியாளர்களின் குறுக்கீடின்றிச் செயல்படும் பிரெஞ்சுமொழி நிறுவனம், அதனை வழிநடத்தும் மொழி அறிஞர்கள்; உறுதுணையாக இருந்துவரும் அரசின் கலை இலக்கியப் பண்பாட்டுத் துறை; படைப்பாளிகளை, இலக்கிய ஆளுமைகளைப் போற்றும் அரசாங்கம்; தரம் வாய்ந்த நூலகங்கள், பதிப்பகங்கள், படைப்புத்துறையின் பல்வேறு பங்குதாரர்களிடையே பாலமாக இயங்கும் ஊடகங்கள், நாட்டின் கண்ணியமும் பெருமையும் பொருளியல் வளர்ச்சியில் மட்டுமல்ல கலை இலக்கியத்தையும் உள்ளடக்கியதென நம்பும் பெருவாரியான மக்கள் என வரிசைப்படுத்த முடியும். அவற்றில் ஒன்றிரண்டை அடிக்கோடிட்டும் சொல்லவும் வேண்டும். பத்தொன்பதாம் நூற்றாண்டில் இறுதியில் அறிமுகப்படுத்தப்பட்ட ழூல்ஸ்ஃபெரி சட்டம் அனைத்துச் சிறார்களுக்கும் கல்வியை இலவசமென உரைப்பதும், அதைக் கட்டாயமென வற்புறுத்துவதும் ஏட்டுச்சுரைக்காய் மொழியில் அல்ல, இன்றுவரை இம்மி அளவும் பிசகாது அரசு, அதனை ஓர் தார்மீகக் கடமையாக நிறைவேற்றிவருகிறது. நாட்டின் வரவு செலவுத் திட்டத்தில் 22 விழுக்காடு, கலை மற்றும் பண்பாட்டுத் துறைக்கென ஒதுக்கி சடங்காக அன்றி முறையாக அதனைப் பயன்படுத்தவும் செய்கிறது.. அனைத்திற்கும் மேலாக கலை, இலக்கியத் துறை அமைச்சு இங்கு காலம் காலமாக அத்துறைசார்ந்த மனிதர்களிடத்தில், வல்லுனர்களிடத்தில் ஒப்படைக்கப்படுகிறது.

இயல்பாகவே விடுதலை மனங்கொண்ட பிரெஞ்சு மக்கள், கலை இலக்கியத்திலும் அம்மதிரியான உணர்வுகளைத் தொடர்ந்து வெளிப்படுத்தி வருகிறார்கள். இம்முயற்சிகளை ஓவியம், சிற்பம், இசையென பல துறைகளிலும் காண்கிறோம். இலக்கிய தேவதச்சர்களும் பரிட்சார்த்த முயற்சிகளுக்குத் தாங்கள்

விதிவிலக்கானவர்களல்ல என்பதைக் காலந்தோறும் தங்கள் படைப்பின் ஊடாக நிரூபித்துவருகிறார்கள். இவ்விலக்கியக் கட்டுமானங்கள் படைத்தவனின் மனப்புரிதலுக்கேற்ப பெயர்களைச் சூட்டிக்கொண்டன. ஏற்றலும் நிராகரித்தலும் பிரெஞ்சுப் படைப்புலகில் புதியவை முளைவிடவும், வளர்ந்து தழைக்கவும் காரணமாயின. கடந்த காலத்தை நிகழ்காலம் நிராகரித்துள்ளது, என இதனை விமர்சிக்க முடியுமா என்றால், அப்படி விமர்சிக்கக் கூடாது என்பதுதான் உண்மை. ஒரு வீட்டின் நிர்வாகத்திற்கு அந்தந்தக் காலத்திற்கேற்ப பொறுப்பேற்கிறவர்கள், அவரவர் சூழலுக்கேற்ற கொள்கையைக் கடைப்பிடிக்கின்றனர். பாட்டன், தந்தை, மகன் என நிர்வாகப் பொறுப்பேற்பவர்கள் காலத்திற்கும், சூழலுக்கும், திறனுக்கும் ஏற்ப நிர்வாகத்தில் சீர்திருத்தங்களை அறிமுகப்படுத்தலாம். வழிமுறை எதுவாயினும் குடும்பத்தின் பாரம்பரியப் பெருமையைத் தக்கவைப்பதும், முன்னோக்கிக் கொண்டு செல்வதும் மட்டுமே அவர்களின் இலக்கு. அதை பிரெஞ்சுக்காரர்கள் சரியாகச் செய்கிறார்கள் என்றுதான் சொல்லவேண்டும். நிறைய இஸங்களை பிரெஞ்சு இலக்கியத்தில் சந்திக்கிறோம், அவற்றை நாம் இத்தொடரில் காணலாம். பட்டியல் நீளமானது, இச்சோதனை முயற்சிகளின் பொதுவான பலன் பிரெஞ்சு இலக்கியத்திற்கும் கலைக்கும் பெருமை சேர்த்திருக்கிறதென்கிற இன்றைய உண்மை.

இடைக்காலத்திய படைப்பிலக்கியவாதி பிரான்சுவா லியோன் ஆகட்டும், மானுடவியல் வழிவந்த கவிஞர் பிரான்சுவ ரபெலெ ஆகட்டும், பதினேழாம் நூற்றாண்டின் சமயம், சமூக நெறிமுறைகளில் அத்துமீறலைப் போற்றிய போகிகள் ஆகட்டும், உயர்ந்த கோட்பாடு, மேட்டுக்குடி மக்களின் வாழ்வியல், தேர்ந்தமொழி தொன்மவியல் கோட்பாட்டாளர்கள் ஆகட்டும், பின்னர் வந்த பகுத்தறிவுவாதிகளாகட்டும் இப்படி அனைவரையும் நாம் தெரிந்துகொள்ள வேண்டியவர்களாக இருக்கிறோம்.இன்றைய பின்-பின் நவீனத்துவம் வரை முக்கிய இலக்கியவாதங்களையும் அவற்றை முன்னெடுத்தவர்களையும் அறிமுகப்படுத்த வேண்டும் என்பதுதான் இப்பகுதியின் நோக்கம்

1. இடைக்காலத்தில் பிரெஞ்சு இலக்கியம் (கி.பி 476– 1453)

பிரெஞ்சுமொழியின் இலக்கிய வரலாறென்பது இடைக்காலத்தில் தொடங்குகிறது, அதாவது ஐந்தாம் நூற்றாண்டிலிருந்து பதினைந்தாம் நூற்றாண்டு வரையிலான காலத்தை இடைக்காலத்திற்குரிய காலம் என்போமெனில் அதில் கடைசி இருநூறு ஆண்டுகளில்தான் இலக்கியம் என்ற சொல்லை இன்று நாம் விளங்கிக்கொள்ளும் பொருளில் கையாளுகிறார்கள். பிரெஞ்சு இலக்கியத்தைப் புரிந்துகொள்வதற்கு முன்பாகச் சுருக்கமாக பிரெஞ்சு மொழியின் வரலாறு:

இன்றைய பிரெஞ்சு மொழியின் தாய்மொழி இலத்தீன் அல்லது இலத்தீன் மொழியின் வெகுசன வடிவம். இரும்பு யுகத்தில், பிரான்சு நாட்டின் பூர்வாங்கப் பெயர் கோல் *(la Gaule)* என்றும், மக்களைக் கொலுவாக்கள் என்றும், அவர்கள் பேசிய மொழி கொலுவா என்றும் சொல்லப்படுகிறது. அதன்பிறகு ரோமானியர் படையெடுத்துப் பின் விளைவாக இலத்தீன் மொழி உள்ளே நுழைகிறது. இந்த இலத்தீன் உள்ளூர் மொழியோடு கலந்து வெகுசனப் பயன்பாட்டிற்கு வருகிறது. இடைக்காலத்தின் ஆரம்பத்தில் ரொமானியர்களின் செல்வாக்கு ஜெர்மானியர்களின் படையெடுப்பினால் சரிவுற்றதும், ஜெர்மானிய பிராங்க் இன மக்கள் ரொமானியர் இடத்தைப் பிடிக்கின்றனர், இந்நிலையில் இடைக்காலத்தின் போது பிரான்சுநாட்டில் செல்வாக்குடனிருந்தவை மூன்று வெகுசன மொழிகள். அ. ஓக் மொழி *(la langue d'oc)*; ஆ. ஓய் மொழி *(la langue d'oïl)*; இ. பிராங்ஃகோ ப்ரொவொன்சால்*(le franco-provençal)*. இவற்றைத் தவிர பேச்சுவழக்கிலிருந்த மொழிகளும் அனேகம். பன்னிரண்டாம் நூற்றாண்டின் இறுதியில் ஈல் தெ பிரான்சு *(ile de france)* அரசவை மொழியை இலத்தீன் மொழிக்குப் பதிலாகப் பயன்படுத்துவதென, 1539 ஆம் ஆண்டில் தீர்மானிக்கிறார்கள். ஆக முதன்முறையாக இலத்தீன் மொழியின் இடத்தில், வெகுசன மொழியாக மட்டுமே இருந்து வந்த இன்றைய பிரெஞ்சு மொழி அதிகாரமொழியாக,

அரசு மொழியாக, சமயமொழியாக, இலக்கியமொழியாக ஏற்றுக்கொள்ளப்பட்டது.

இடைக்காலத்தில் எழுதவும் படிக்கவும் தெரிந்த மக்கள் குறைந்த எண்ணிக்கையினர், அதுவும் தவிர ஓலைச்சுவடியும் எழுத்தாணியும் அறிந்திராத மக்களின் வாய்மொழியாக இலக்கியம் அறியப்பட்ட காலம். 'les troubadours' அல்லது 'les trouvères' என்கிற பாணர்கள் நிலமானிய பிரபுக்களின் வரவேற்பறைகளில், அவைக்களத்தில் இட்டுக்கட்டிப் பாடியவைதான் அன்றைக்கு இலக்கியம். வாய்மொழியாக தெரிவிக்கப்பட்டவை என்பதால் மறக்காமலிருக்க ஓசையால் சொற்களை வரிசைப்படுத்திக்கொள்வது அவசியமாயிற்று. அவர்களின் படைப்புத் திறன் என்பது நினைவுபடுத்த இயலாத சொற்களை, வரிகளை இட்டு நிரப்புவது. எனவேதான் இடைக்காலத்தின் ஆரம்பகாலத்தில் படைப்பாளிகள் பெயரைத் தெரிந்துகொள்ள முடிவதில்லை. திரும்பத் திரும்ப ஒரே கதை கூறுபவரின் சொல்வன்மையைப் பொறுத்து புதிய புதிய கற்பனைகளுடன் சொல்லப்பட்டன. பொதுவாகவே இடைக்கால இலக்கியங்களைத் தழுவல்கள், மொழிபெயர்ப்புகள் என்றுதான் (இலத்தீன் மொழியிலிருந்து வெகுசன மொழிக்கு) கூறமுடியும். நிலமானிய முறை வழக்கில் இருந்த காலம். எனவே பணம் படைத்த, அதிகாரம் படைத்த செல்வந்தர்களின் ஆதரவினை நம்பியே இலக்கியங்களுமிருந்தன.

'படைப்பு', 'படைப்பாளி' முதலான சொல்லாடல்கள் இடைக்காலத்தில் இறுதியில் சரியாகச் சொல்லவேண்டுமெனில் பதின்மூன்றாம் நூற்றாண்டில் வழக்கிற்கு வருகின்றன. குறிப்பாக, நகரங்களின் வளர்ச்சி கலை, இலக்கியம், பண்பாடு ஆகியவற்றின்பால் கவனம் செலுத்த உதவியது. நிலமானிய அமைப்பு முறையில் பிரபுக்களின் ஆதரவு, குறிப்பாக அவர்களின் பொருளுதவி என்பது ஒரு பக்கம், மக்களில் ஒரு பிரிவினர், பண்பாடென்பது சிந்தனை அடிப்படையிலானதென்பதை உணர்ந்திருந்தார்கள் என்பது இன்னொரு பக்கம். இந்த இரண்டாவது வகையினர் பிரபுக்கள் இல்லாமல் தாங்கள்

இல்லை என்பதை உணர்ந்துமிருந்தார்கள். இத்தகைய படைப்பாளிகளின் மொழியாளுமையும், சிந்னையும், பிரபுக்கள் அவைக்களத்தை மகிழ்ச்சியில் ஆழ்த்தின. இப்பிரபுக்களின் பக்கபலமாக பெரும் சொத்தாக *'les chevaliers'* என்கிற குதிரைவீரர்கள் இருந்தனர். இவர்கள் மீதான அபிமானம் திடீரென்று அதிகரித்தது. இவர்களை மையமாக வைத்து, பிரதான பாத்திரமாகப் படைத்து பாடல்கள் சொல்லப் பட்டன. இப்பாடல்களுக்கு *« Les chansons des Gestes »* என்று பெயரிட்டார்கள். தமிழில் சொல்லவேண்டுமெனில் 'பரணி' இலக்கியவகை. ஆனால் தமிழ்ப் பரணிபோல அல்லது காவியங்கள் போல கடவுள் வாழ்த்து முதலான இலக்கண வரிசைகளில்லை. கதை நாயகனை வானளாவ புகழவேண்டுமென்பது மட்டுமே அடிப்படை நோக்கம். ஆக பாடுவது பரணி என்பதால், கதை நாயகன் வீரதீர சாகசங்களுக்குப் பெயர்பெற்றவன். ஆனைகள் இல்லாத நாட்டில் ஆயிரம் ஆனைகளை அமரிடை வெல்வதெப்படி? எனவே இங்கு ஆனைகளுக்குப் பதிலாக குதிரைகள், ஆயிரக்கணக்கில் எதிரிப் படையின் குதிரைவீரர்களைச் சமரில் வெல்பவர்களைப் பற்றிய காவியம். இக்குதிரை வீரர்கள் இடைக்காலத்தில் இரு காரணங்களால் முக்கியத்துவம் பெற்றிருந்தனர்.

அ. சிலுவைப் போர்கள் *(les croisades)*

நிலமானிய சமூகம் மூன்று அடுக்குகளைக் கொண்டது: முதலாவது அடுக்கு மதகுருமார்களையும், திருச்சபை உறுப்பினர்களையும் கொண்டிருந்தது. இரண்டாவது அடுக்கில் *'les Guerriers'* என்கிற சத்திரிய வர்க்கத்தில் நிலப்பிரபுக்களும் குதிரை வீரர்களும் அடங்குவர்; மூன்றாவது அடுக்கென்பது *les travailleurs* எனும் தொழிலாளர்வர்க்கத்தில் குடியானவர்களும், கைவினைஞர்களும் அங்கம் வகித்தனர். இம்மூவரும் ஒருவரையொருவர் சார்ந்திருந்தனர். ஒரு வர்க்கம் பாதிக்கப்பட்டால் மற்ற வர்க்கம் உதவவேண்டும் என்ற நிலை. புனிதத் தலத்தை அல்லது புண்ணிய பூமியை*(la terre sainte)* மீட்பதென்ற சிலுவைப்போரில் *'les chevaliers'* எனும் குதிரைவீரர்களின் பங்களிப்பு அவசியமாயிற்று.

2. நயபண்பு (la courtoisie).

'courtois' என்ற பிரெஞ்சு சொல்லுக்குப் பொதுவெளியில் நாகரிகமாக நடந்துகொள்வதென்று பொருள். இங்கே பிரபுக்கள் அவையில் அதிலும் பெண்களும் இடம்பெற்றிருக்கிற அவையில் எப்படி நடந்துகொள்ளவேண்டும் என்பதைப் பற்றியதே நயபண்பு என்கிற 'la courtoisie'. அதிலும் இடைக்காலத்தின் பிற்பகுதியில் (குறிப்பாக பதினொராம் நூற்றாண்டில் இன்றைய பிரான்சு நாட்டின் தென்பகுதியிலும், பன்னிரண்டாம் நூற்றாண்டில் வடபகுதியிலும்) நிலமானிய சமூகத்தில் பிரபுக்கள் அவையில் உருவான இப்புதிய வழக்கின்படி உயர்குடிப் பெண்கள் இடம்பெற்ற அவைக்களத்தில் இப்பெண்களின் நன்மதிப்பினை பெறவும், அவர்கள் காதலைச் சம்பாதிக்கவும் குதிரைவீரர்கள் முனைப்புக் காட்டினர். அவர்களின் பார்வைக்கும், வார்த்தைக்கும், அன்பிற்கும், நயபண்பு அவசியமாயிற்று, அப்படி நடந்துகொண்ட குதிரைவீரர்கள், அரசவை சீமாட்டிகளின் அபிமானத்தைப் பெற்றதால், அவர்களுக்கு நட்சத்திரத் தகுதி கிட்டியது. விளைவாக பரணி பாடல்களில் குதிரைவீரர்கள் கதை நாயகர்கள் ஆனார்கள்.

இப்'பரணி' வகைப் (la chanson de gestes) பாடல்களின் பொதுப்பண்புகள்:

அ. கதைநாயகர்கள் அனைவரும் ஒரே மாதிரியாகச் சித்தரிக்கப்பட்டிருந்தனர்.

ஆ. உலகம் நல்லது கெட்டது என எதிரெதிர் நிலையில்வைத்து கையாளப்பட்டது

இ. ஈட்டும் வெற்றி எதிர்காலத்திற்குரியதாக இருந்தது.

ஈ. அரசர், பிரபுக்கள் ஆகியோரிடம் தீவிர விசுவாசத்தை வற்புறுத்தின .

உ. கதை நாயகர்கள் சமூகத்தின் முன்னுதாரணங்கள் எனக் கருதப்பட்டனர்.

முக்கிய நூல் 'La Chanson de Roland' பதினொராம் நூற்றாண்டின்

இறுதியில் ஓர் அநாமதேயக் கவிஞரால் பாடப்பட்டது. ரொலான் என்ற வீரனின் புகழைப் பாடும் நூல். இருபதாயிரம் படைவீரர்களோடு ஒரு லட்சம் படைவீரர்களைக்கொண்ட எதிரியோடு மோதி பலியானபின், அங்குவரும் மன்னன், ஷார்ல்மாஜ்ன்*(Charlemagne)* எஞ்சியிருந்த எதிரிப்படையின் மூன்று இலட்சம் வீரர்களை முற்றாக அழிக்கிறான். இறுதியில் தேவதூதன் கப்ரியல் ரொலானுடைய ஆத்மாவை சொர்க்கத்திற்குக் கொண்டுபோகிறான்.

ரொமான் *(le roman):* புதினத்தைப் பிரெஞ்சு மொழியில் ரொமான் என்றே இன்றைக்கும் அழைக்கிறார்கள். இச்சொல் இடைக்காலத்தில் உருவான சொல் தவிர அவை உரைநடையில் அல்லாது பாடல்களால் ஆனவை. (பிரெஞ்சு உரைநடை புதினங்களின் காலம் பதினாறாம் நூற்றாண்டு). ரொமான் என்ற பெயரை இவ்வகை இலக்கியங்கள் பெறுவதற்குரிய காரணம், அக்காலகட்டத்தில் இலக்கியங்கள் எனப்பட்டவை இலத்தீன் மொழியிலேயே சொல்லப்படுவது மரபு. தவிர அவை பெருவாரியான சாமானிய மக்களிடமிருந்து விலகி அரசவை, திருச்சபை, மேட்டுக்குடியினர் ஆகியோருக்கு உரியனவாகக் கருதப்பட்டன. இந்நிலையில் இலத்தீன் மொழியிலிருந்து திரிந்த 'ரொமான்' எனும் சாமானியர்மொழியில் சொல்லப்பட்ட இலக்கியங்கள் 'ரொமான்' என்று அழைக்கப்பட்டன. தமிழைப்போலவே தொடக்க காலத்தில் பண்பளவில் வெவ்வேறு அடையாளங்களுடன் இருந்த போதும் அவை கவிதை வரிகளில் சொல்லப்பட்டன. புதினம் என்ற பொருளில் கையாளப்படும் பிரெஞ்சு 'ரொமான்' அந்நாளில் பிற இலக்கியப் பிரதிகளைப்போலவே (ஏற்கனவே கூறியதைப்போல) படைத்தவர் கற்பனைக்கு முழுமையாக உரியவை அல்ல. ஓர் எழுத்தாளர் தம்முடையதென முழுமையாக ஒரு படைப்புக்கு உரிமை கோரமுடியாது. இச்செயல்பாட்டிற்கு அந்நாளில் வழக்கிலிருந்த பெயர், ரொமான் மொழிக்குக் கொண்டுபோதல் *(mettre en roman)* அதாவது ரொமான் மொழியில் செய்தல் அல்லது படைத்தல் *(faire en roman)* அல்ல. இலத்தீன் மொழியில் சொல்லப்பட்ட படைப்புகளைக் கொண்டுவருதல் அல்லது

ரொமான் மொழிக்குப் பெயர்த்தல் என்ற வகையில் அது நடைமுறைப்படுத்தப்பட்டது. 'ரொமான்' எனும் வெகுசன மொழியில் தொடக்கத்தில் சமயகுருமார்களின், திருச்சபை குருக்களின் உண்மை வாழ்க்கை வரலாறு சொல்லப்பட்டது. இதன் பின்புலத்தில் சமயம் இயங்கியது. புனைவுக்கு அந்த இடத்தை அளித்தவர் கிரெத்தியன் தெ த்ருவா *(Chrétien de Troyes)* என்ற கவிஞர்.

கிரெத்தியன் தெ த்ருவா*(Chrétien de Troyes)*: பிரெஞ்சு ரொமான் வகைமையின் முன்னோடி, கற்பனாவாதத்தின் அவான் கார்ட் *(avant-garde)* என அழைப்பதிலும் தவறில்லை. 'படைப்பு' என்கிற சொல்குறித்த விவாதத்தை முதன்முதலில் தொடங்கிவைத்தவரும் இவர்தான். ஒழுங்கு, விரிசல் இரண்டையும் கதைசொல்லலில் உள்ளடக்கி சம்பவங்களுக்கிடையே ஓர் ஒத்திசைவைக் கையாண்டவர். தொனி, அங்கதம், கதைமாந்தர்களிடமிருந்து தன்னை அன்னியப்படுத்திக்கொள்ளல் ஆகியவை இவருடைய படைப்புகளின் சிறப்புக் கூறுகள். காதலும் வீரமும் மையப்பொருள்கள். காதல் மணவாழ்க்கையை அடிப்படையாகக் கொண்டது. ஆயுதத்தை நெறியுடன் உபயோகிக்க வேண்டுமென்றார். சமூகத்தைக் குறித்த குறிப்பாக மேட்டுக்குடியினரைப் பற்றிய விமர்சனங்களும் உண்டு. ஐந்து ரொமான்களை அல்லது புதினங்களை (கவிதை வடிவில்) எழுதியிருக்கிறார், அனைத்துமே பிரத்தொன் பிரதேசத்தில், வழக்கிலிருந்த செவிவழிக் கதைகளை அடிப்படையாகக் கொண்டவை.

இடைக்காலத்தில் மூன்றுவகை 'ரொமான்கள்' இருந்தன. 1. தொன்மக்கால வீரர்களின் சாகசங்களைச் சொல்பவை தொன்ம ரொமான்*(le roman antique)* என்றும் ; 2. பிரபுக்களின் அவையிலோ, அல்லது கல்விமான்கள் பலர் கூடிய அவையிலோ சொல்லப்பட்டவை பிரெத்தோன் வகை ரொமான்*(le roman breton* என்றும்; கீழைநாடுகளின் கதைகளை ஓரியண்டல் ரொமான் *(le roman oriental)* என்றும் வகைப்படுத்தப்பட்டிருந்தன.

திரிஸ்தானும் இஸேவும் *(Tristan et Iseut)*

இடைக்கால நூல்களில் முக்கியமான ரொமான். பிரெத்தோன் பிரதேச கர்ணபரம்பரைக் கதையை அடிப்படையாகக் கொண்டது. கிரெத்தியென் தெ த்ருவா கூட இப்பெயரில் புதினமொன்றை அதாவது ரொமான் ஒன்றை எழுதியாகச் சொல்லப்படுகிறது. தற்போது இப்பெயரில் இரண்டு ஆசிரியர்கள் எழுதியுள்ள நூல்கள் கிடைத்திருக்கின்றன. ஒருவர் பெரூல் *(Béroul)* மற்றவர் தொமா தெ ஆங்கலத்தேர் *(Thomas d'angleterre)*. ராஜா, இளவரசன், அழகான இளம்பெண், அரக்கன், சூன்யக்காரி ஆகிய கதைமாந்தர்களைக்கொண்டு, காதலையும் வீரத்தையும் சுவைபடச் சொல்லியிருக்கிறார்கள். கதையின் முடிவில் கதைநாயகனும் கதைநாயகியும் காதலில் தோல்வியுற்றபோதும், மரணத்தில் இணைகிறார்கள் என்கிற கற்பனாவாத இலக்கணத்திற்குப் பொருந்தும் ரொமான் அல்லது புதினம்.

2. மறுமலர்ச்சிக் காலம் *(la Renaissance) (1453-1600)*

கலை, இலக்கியத்துறையில் பதினைந்தாம் நூற்றாண்டில் நிகழ்ந்த மாற்றங்களை ஒருவித பகுத்தறிவு அணுகுமுறை என வர்ணிக்கலாம். சமயத்தை விமர்சனத்திற்கு உட்படுத்தி, இயற்கையைப் போற்றிய கிரேக்க- இலத்தீன் தொன்மத்தின்மீது உருவான பற்றுதல் அல்லது அமைத்துக்கொண்ட நோஸ்ட்டால்ஜியா தடமே மறுமலர்ச்சி. இடைக்காலத்தில் ஆதிக்க சக்தியின்கீழ் அண்டிப்பிழைத்த படைப்பாளிகள், கலை இலக்கியம் சார்ந்த துறைகளில் மட்டுமின்றி சமயத்தின் நிழலிலிருந்தும் தங்களை விடுவித்துக்கொண்டு தொன்மத்திற்கு பயணிக்க முடிவுசெய்ததின் விளைவு அது.

பொதுவாகவே ஐரோப்பிய நாடுகளில் கலை இலக்கியத் துறையில் இத்தாலி நாட்டின் பங்களிப்பினைக் குறைத்து மதிப்பிட முடியாது, அதிலும் குறிப்பாக ஓவியம் சிற்பம் ஆகியவற்றில் உலகப்புகழ்பெற்ற கலை வல்லுனர்களை வழங்கிய பெருமை அந்நாட்டிற்குண்டு. பதினைந்தாம் நூற்றாண்டு முழுக்க

முழுக்க இத்தாலி நாட்டின் சாதனை, அச்சாதனையின் தாக்கம் பிரான்சு நாட்டில் இலக்கியத்திலும் ஓவியத்திலும் ஏற்படுத்திய விளைவுகள் என்ன? அதற்கான சூழல்கள் எவை என்பதை மிகச் சுருக்கமாக இப்பகுதியில் காண்போம்.

இடைக்கால அரசியல் சூழலும், மறுமலர்ச்சியும்:-

இடைக்கால இலக்கியங்களின் பண்பாடு, அவை செயல்பட்ட விதம் உண்மையான கலை இலக்கியவாதிகளுக்கு மகிழ்ச்சியை அளிக்கவில்லை. நிலமானிய அமைப்புமுறை கட்டமைத்திருந்த அரசியல், அதிகாரத்தில் இருப்பவர்களை, அரசவையில் கொலுவீற்றிருப்பவர்களைத் துதிபாடும் இலக்கியத்திற்கு, காணாத வீர தீர சாகசங்களை அவர்களிடம் கண்டதாக, இட்டுக்கட்டிப் பிழைப்பதைத் தொழிலாகக்கொண்ட இலக்கியத்திற்கு வழிவகுத்திருந்தது. ஒரு சிலரை அரியாசனத்தில் அமர்த்தி புகழ்ந்துரைக்கும் இழிநிலைக்குத் தாங்கள் தள்ளப்பட்டிருப்பதைக் கண்டு வெதும்பிய உண்மையான படைப்பாளிகளுக்கு இத்தகைய நெருக்கடியிலிருந்து தப்பிக்க மாற்றுவழியொன்று தேவைபட்டது. இப் “புதிய வாழ்க்கை *(nouvelle vie)*” நிலமானிய பிரபுக்களின் காலடியில் கலையையும் இலக்கியத்தையும் கிடத்தி வயிறுவளர்க்க விரும்பாத படைப்பாளிகளுக்கு ஓர் ஔடதமாக வாய்த்தது. இதே காலக் கட்டத்தில் இத்தாலி நாட்டில் ஓவியர்கள் தனிமனித உணர்வுகளுக்குக் கொடுத்த முன்னுரிமை பிரெஞ்சுப் படைப்பாளிகளையும் அவ்வழியில் சிந்திக்க வைத்தது. இத்தாலியர்களின் வழியில் சக மனிதனை மையப்பொருளாக *(centre d’intérêt)* இலக்கியத்தில் இடம்பெறச் செய்தார்கள். சாமானிய மனிதனும் கவனத்திற்கொள்வதற்குரிய தகுதி *(dignes d’intérêt)* பெற்றவன் எனக் கருதினார்கள். அடிமை-ஆண்டான் என்ற உறவுமுறையில் விதந்தோதும், பரணிபாடும் இடைக்கால இலக்கியத்தின் தடத்தை சகமனிதருக்கென செப்பனிட்டு மனித வாழ்க்கை மீதான தீராப் பசியை, கலை இலக்கியத்தில் ஆற்றிக்கொண்டார்கள். அறிய நேர்ந்த புதிய உண்மைகளும், புதிய எந்திரங்களின் வருகையும் - குறிப்பாக அச்சு எந்திரம் - மறுமலர்ச்சிக் காலத்தில் ஏற்பட்ட

மாற்றங்களுக்கு வித்திட்டன. அனைத்திற்கும் மேலாக கிரேக்கம் மற்றும் இலத்தீன் மொழி தொன்ம இலக்கியங்கள் மனிதரைப் போற்றியவை என்ற சிந்தனை, அவ்வுணர்விற்குக் கூடுதலாக உந்துதலை அளித்தது.

இடைக்கால சமயச் சூழலும் மறுமலர்ச்சியும்:-

ப்ரோட்டஸ்டண்ட் எனும் கிறித்துவ சீர்திருத்த சபை உருவானதும் பதினைந்தாம் நூற்றாண்டில் அல்லது மறுமலர்ச்சிக் காலத்தில் என்பதை மறந்துவிடமுடியாது. இந்து மதத்தில் இப்படி ஏதும் நடந்துவிடக்கூடாது என்பதைப்போல, தீயைத் தணிக்கின்ற வகையில் சைவம் வைணவம் எனப் பிரித்து உண்மையான சீர்திருத்தத்திற்கு வழியின்றிச் செய்துவிட்டார்கள். இடைக்காலத்தில் கிறித்துவ சமயத்தில் கடைப்பிடிக்கப்பட்ட கடுமையான வழிபாட்டுச் சடங்குகள்; அச்சடங்குகளிற் பின்பற்றப்பட்ட, பெருவாரியான விசுவாசிகளுக்குப் புரியாத இலத்தீன்மொழி வழிபாடுகள்; சமயத்தின் பேரால் திணிக்கப்பட்ட மூட நம்பிக்கைகள்; பாவமன்னிப்பிற்கிடையே புகுந்த பணம் ஆகியவனவெல்லாம் மார்ட்டின் லூதர் என்ற ஜெர்மானிய இறையியல் அறிஞரை, கத்தோலிக்க திருச்சபைக்கு எதிரான இயக்கத்தைத் தோற்றுவிக்க காரணமானது. அச்சு எந்திரம் கண்டுபிடிக்கப்பட்டதனால், விவிலியம் வெகுசனமொழிக்குக் கொண்டுசெல்லப்பட்டு மதகுருமார்களில் கைகளில் இருந்த இலத்தீன் மொழி பிரதிகள், விசுவாசிகளான சாதாரண மக்களின் கைகளுக்குச் சென்றன, விளைவாக சமயத்திலும் சாதாரண மக்களின் முக்கியத்துவத்தை உணரத்தொடங்கிய காலம் மறுமலர்ச்சிக் காலம்.

மானுடவாதம் *(l'humanisme)*

மேற்கண்ட சூழலில், மனிதர் நலனில் அக்கறைகொண்ட மானுடவாதம் என்ற கலை இலக்கியக் கோட்பாடு உருவானதில் வியப்பில்லை. மனிதரைக் கலை இலக்கியப் படைப்புகளில் கொண்டாட வீரதீரங்கள் அவசியமல்ல, நற்பண்புகளே போதுமானவை என்றும், தொல் இலக்கியப் பண்புகள் கவனத்திற்கொள்ளப்பட வேண்டியவை என்றும் இக்கோட்பாடு வாதிட்டது. இக்கருத்தியத்தின் அடிப்படையில் படைக்கப்பட்ட

மறுமலர்ச்சிக் கால கவிதைகள் மற்றும் இதர படைப்புகள் கிரேக்கம்-இலத்தீன் தொல் இலக்கியங்களின் சாரத்தைக் குறிப்பாக மானுடப் பண்புகளை எதிரொலிப்பவையாக இருந்தன.

மறுமலர்ச்சிக் கால ஓவியர்கள்:

மனிதர் உணர்வை ஒளியுடன் கலந்து மனித உடலைக் கலை நயத்துடன் ஓவியங்களாகப் படைத்த மறுமலர்ச்சிக் கால ஓவியர்கள் அனைவருமே ஏற்கனவே கூறியதுபோல இத்தாலி நாட்டவர்கள். லியோனார்டோ டாவின்சி*(Leonardo di ser Piero da Vinci)* ஓவியரும் சிற்பியுமான 'மைக்கலாஞ்சலோ' *(Michelangelo di Lodovico Buonarroti Simoni)*, இளம் வயதிலேயே புகழின் உச்சத்தைத் தொட்ட 'ரஃப்பாயெல்'*(Raffaello Sanzio)*, பின்னர் புகழ்பெற்ற வீனஸ் ஓவியத்தைப் படைத்த 'தீத்தியன்'*(Titian)*, கரவாஜியோ*(Michelangelo Merisi da Caravaggio)* அனைவருமே இன்றும் கொண்டாடப்படும் ஓவியர்கள். பிரான்சு நாட்டில் இவர்களின் தாக்கத்தில் பிரான்சுவா க்ளூஎ *(François cluet)*, ழான்க்ளூஎ *(Jean Cluet)* என இரண்டே இரண்டு ஓவியர்களைத்தான் காண முடிகிறது. இவர்கள் முறையே தந்தையும் மகனும் ஆவர், இவர்களை பிரெஞ்சு ஓவிய வரலாறு லெ க்ளூஎ*(Les Cluet)* என அழைக்கிறது. ஆனால் இவர்களை இத்தாலிய ஓவியர்களுடன் ஒப்பிட முடியாது.

மறுமலர்ச்சிக் கால படைப்பாளிகள்

இலக்கியத் துறையில் பிரெஞ்சுப் படைப்பாளிகள் குறிப்பிடத்தக்க வகையில் கவனம் பெற்றுள்ளனர். அவர்களில் முதலாம் பிரான்சுவா மன்னனின் சகோதரியும் ஒருவர். முதல் பிரெஞ்சு பெண் கல்விமான் என்ற அடைமொழிக்கும் சொந்தக்காரர், பெயர் மார்கெரித் தெ நெவார் *(Marguerite de Navarre)*. *L'Heptaméron* என்ற சிறுகதைத் தொகுப்பு இவருடையது; எழுத்தாளர் பிரான்சுவா ரபெலே ஒரு மானுடவாதி, நான்கு நாவல்களை எழுதியுள்ளார். அவற்றில் *Pantagruel, Gargantua* முக்கியமானவை. இவ்விருவரைத்தவிர, ப்ரோட்டஸ்டண்ட் சார்பானவர் என்ற குற்றச்சாட்டிற்கு ஆளாகி தண்டனைபெற்ற கவிஞர் கிளெமொன்

மெரோ *(Clémont Merot)*, தொடங்கி, பியெர் தெ ரொன்சார் *(Pierre de Ronsard)*, ழோஆகிம் துபெல்லே *(Joachim du Bellay)* போன்ற கவிஞர்களும் மறுமலர்ச்சிகாலத்தில் குறிப்பிடத் தக்கவர்கள்.

பதினேழாம் நூற்றாண்டு

பிரெஞ்சு ஓவியத்துறையும், இலக்கியங்கள் குறிப்பாக நாடகத்துறை புகழின் உச்சத்தில் இருந்த காலம் பதினேழாம் நூற்றாண்டு. தத்துவ உலகெங்கும் கொண்டாடப்படுகிற ரெனெ தெக்கார்த் *(René Descartes)*, நாடகவியலாளர்களும் படைப்பாளியுமாகப் புகழ்பெற்ற பியர்கொர்னெய் *(Pierre Cor-neille)* ழான் ரசீன் *(Jean Racine)* மொலியேர் *(Molière)* ஆகியோரும்; லெ நேன் சகோதரர்கள் *(Frères Le Nain)*, ழார்ழ் துமெனில் *(Georges Dumensil de la Tour)*, நிக்கொலா பூஸ்ஸன் *(Nicolas Poussin)* போன்ற ஓவியர்களும் இந்த நூற்றாண்டில் முக்கியமானவர்கள். பதினைந்தாம் நூற்றாண்டு இத்தாலியைப் போலவே பதினேழாம் நூற்றாண்டில் பிரெஞ்சு படைப்புலகமும், அரசியலும் ஐரோப்பிய சரித்திரத்தில் தாக்கத்தை ஏற்படுத்தின. லிபெர்த்தினிஸம்*(Libertinisme)*, ழான் செனிஸம் *(Le Jansénisme)*, கிளாஸ்ஸிஸம் *(Le Classicisme)* ஆகிய மூன்று இயக்கங்களினாலும் இந்நூற்றாண்டு பெயர் பெற்றது. இது தவிர பிரெஞ்சு அரசியலில் பதின்மூன்றாம் லூயி, பதினான்காம் லூயி; சமய குருக்களான கார்டினல் ரிஷ்லியெ, கார்டினல் மஸாரின் ஆகியோரின் தாக்கத்தையும் கொண்டது. முதலாவது கார்டினல் ரிஷ்லியெ*(Richelieu)* என்பவர்தான் பிரெஞ்சு அகாதமியை *(1634)* ஏற்படுத்தியவர். முதல் அகராதி, பிரெஞ்சு மொழிக்கென உருவானதும் இக்காலக் கட்டத்தில்தான், ஆண்டு *1690*, உருவாக்கியவர் அந்த்துவான் ஃபூர்த்தியெர் *(Antoine Furtière)* என்ற மொழியறிஞர்.

பதினேழாம் நூற்றாண்டும் பிரெஞ்சு அரசியலும்:

சுதந்திரம் பெற்ற தொடக்கத்தில் இந்தியா எப்படி சிதறுண்டிருந்ததோ, அப்படியான நிலையில்தான் பிரான்சு

நாடும் இருந்தது. இன்றிருக்கும் எல்லைப் பரப்பைக் கொண்ட நாடாக அன்று இல்லை. அதற்குப் பல காரணங்கள். அன்றைக்குங்கூட பிரான்சுநாட்டின் பூர்வீக மக்களென குறிப்பிட்ட இனத்தவரைச் சுட்டுவது கடினம். கிழக்கு ஐரோப்பியக் குடிகள், ரொமானியர்கள், ஹன்ஸ் என்கிற நோர்டிக் இனத்தவர். இப்படிப் பல இனத்தவர்களும் கலந்து உருவானவர்களே பிரெஞ்சு மக்கள். இவர்களுடன் இன்று கணிசமாக நேற்றைய காலனி மக்களும் ஆசிய, ஆப்ரிக்க நாடுகளிலிருந்து அகதிகளாக வந்தவர்களும் சேர்ந்து கொண்டுள்ளனர். உண்மை இப்படியாக இருக்கையில் அதிபர் வேட்பாளராக இருக்கிற வலதுசாரி பெண்மணி வருங்காலத்தில் பிரெஞ்சுக் குடியுரிமையைப் பெற பிரெஞ்சு மண்ணில் பிறந்தால் மட்டும் போதாது ஐரோப்பிய வம்சாவளியினராகவும் இருக்க வேண்டுமென்ற என்ற கருத்தை முன்மொழிந்திருக்கிறார். வருங்காலத்தில் எதுவும் நடக்கலாம் என்றாலும், அசலான பிரெஞ்சு மக்களை அடையாளப்படுத்துவது எளிதானதல்ல.

பதினேழாம் நூற்றாண்டு பிரான்சு, சமயப்போரினால் பாதித்த நாடு, இரண்டு லட்சத்திற்கும் குறைவான மக்கள். போக்குவரத்து, தகவல் தொடர்புகளை அறிந்திராத வாழ்க்கை; நகரங்களைக் காட்டிலும் கிராமப்புறங்கள் அதிகம். ஆகவே இவையெல்லாம் மனிதர் சிந்தனையில் எதிரொலிக்கவே செய்தன. ஒரு நூற்றாண்டு சமயப்போர் தணிந்திருந்த போதிலும் புரொட்டடஸ்டண்ட் மற்றும் கத்தோலிக்க மதத்தினரிடையே பெரும் பிளவை உண்டாக்கியிருந்தது. இத்தகைய சூழலில் பிரெஞ்சு மக்கள் புனர்வாழ்விற்கு ஏங்கினார்கள். அரசு நிர்வாகத்தின் கட்டமைப்பு குலைந்திருந்த நிலையில் சீரமைக்க வேண்டியிருந்தது. நான்காம் ஹாரி *(1553-1616)* என்ற பிரெஞ்சு மன்னன் சமயப்போரினால் மிகவும் பாதித்திருந்த புரொட்டடஸ்டண்ட் மக்களை சமாதானப் படுத்தவேண்டி அவர்களுக்கு உத்தரவாதம் அளிக்கின்ற வகையில் ஒரு பிரேரணையில் கையொப்பமிட்டான். அதற்கு நாந்த் பிரேரணை *(l'Edit de Nantes)* என்று பெயர். கத்தோலிக்க மத தீவிரவாதிகளால் பாதிக்கப்பட்ட புரொட்டடஸ்டண்ட்டுகள்

பாதுகாப்பான உறைவிடங்களை அமைத்துக்கொள்ளவோ, ஆயுதபலத்தை அதிகரித்துக்கொள்ளவோ, சுதந்திரமாக தங்கள் சமயவழிபாட்டினைத் தொடர்வதற்கோ எவ்விதத் தடையுமில்லை என்று அதில் அரசு உறுதி அளித்திருந்தது. புரொட்டஸ்டண்ட் மக்களுக்கு மட்டுமன்றி, பிற மக்களுக்கும் சுதந்திரமான சிந்தனைக்கு, இதொரு வகையில் வழிவகுத்தது எனலாம். இதன் காரணமாகவே கத்தோலிக்க தீவிரவாதிகள் நான்காம் ஹாரி மன்னனைக் கொலை செய்கிறார்கள். கொலைக்குப்பிறகு அவரது ஒன்பது வயது மகன் பதின்மூன்றாம் லூயி பட்டத்திற்கு வருகிறான். இந்நிலையில் உண்மையான நிர்வாகப் பொறுப்பை அவர் தாயார் மரி தெ மெடிஸி, ஆலோசகர்கள் உதவியுடன் நடத்துகிறார். எனினும் நிர்வாகத்தில் தொடர்ந்து குழப்பங்கள், ஒரு கட்டத்தில் தாய்க்கும் மகனுக்குமே பகை ஏற்படுகிறது. நிர்வாகம் முழுமையாகத் தன் தாயின் கைக்குப் போனதை விரும்பாத அரசன் தாய்க்கு அனுசரணையாக இருந்த கோன்சினி*(le conte Concini)* பிரபுவைக் கொல்வதோடு, நிர்வாகத்திலிருந்து தாயையும் ஒதுக்கிவைக்கிறான். அதன் பின்னர் உருவான அரசியல் சிக்கலைத் தீர்த்துவைத்ததில் கார்டினல் ரிஷ்லியெவிற்குப் பெரும்பங்குண்டு. பதின்மூன்றாம் லூயி மன்னன் இறந்து பதினான்காம் லூயி பட்டத்திற்கு வந்த போது அவருக்கும் வயதென்னவோ ஐந்துக்கும் குறைவுதான். திரும்பவும் ஆட்சி நிர்வாகம் இறந்த மன்னனின் மனைவியான ஆன் என்பவளிடம் போகிறது. ஆன் ஆதரவுபெற்ற ழூல் மஸாரன் *(Jules Mazarin)* அதிகாரம் கொடிகட்டிப்பறக்கிறது. நிர்வாகம் தள்ளாடுகிறது, மக்கள் வரிச்சுமையால் அல்லல்படுகின்றனர். ழூல் மசாரன் ஊழலுக்குப் பெயர்போன ஆசாமி, இவரைப்பற்றிக் கூற சுவாரஸ்யமான விடயங்கள் நிறைய இருக்கின்றன. நாட்டுமக்களைப்போலவே பதினான்காம் லூயியும் சுதந்திரத்திற்கும் முற்றுமுதலான அதிகாரத்திற்கும் விழைகிறான்.

நேர்மையான மனிதன்:

பதினேழாம் நூற்றாண்டு மேல்தட்டு மக்களின், பெண்களின் அபிமானம் பெற்ற, கலை இலக்கியத்தின் மையப்பொருளாக இருந்த சொல் நேர்மையான மனிதன். பதினான்காம் லூயி காலத்தில் அரசு நிர்வாகத்தில் பொறுப்பிலிருந்துகொண்டு ஏராளமாக சம்பாதித்து, மக்களின் வெறுப்பைக் கணிசமாகப் பெற்றிருந்த கார்டினல் மஸாரன் கூட, நேர்மையான மனிதன் என்ற சொல்லை மக்கள் அதிகம் நேசிக்கக் காரணமாக இருக்கலாம். சமயப்போர் நேரிடையாகவும், மறைமுகமாகவும் மக்களைப் பாதித்திருந்தது. ஆண்கள் சமயம், அரசியல் என்று ஏதாவதொரு காரணத்தை முன்னிட்டு சண்டையிட்டுக்கொண்டிருக்க, பெண்கள் படைப்பிலக்கியங்களில் ஆர்வம் செலுத்தினார்கள். நேர்மையான மனிதன் என்பவன் பெண்களின் அபிமானத்தைப் பெறவேண்டும்; உழைப்பைக்காட்டிலும் பிறரை மகிழ்விக்கக் கூடியவனாக இருப்பது; மரபுகளை, ஒழுங்குகளை, சமயத்தை துச்சமாக மதிப்பது; நாத்திகச் சிந்தனை, நெறிமீறல் ஆகியவை முக்கியத்துவம் பெறுகின்றன. இத்தகைய சூழலில் தான் நொர்மாந்தி பகுதியைச் சேர்ந்த ஹர்க்கூர் (Harcourt) பிரபுவின் அவையைச் சேர்ந்த நிக்கொலா ஃபொரெ (Nicolas Foret) என்பவர் நேர்மையான மனிதன் அல்லது சபையை மகிழ்விக்கும் கலை (L'honnête homme ou l'art de plaire à la cour) என்றொரு நூலை சூழலுக்கேற்பப் படைத்தார், பெண்கள் அபிமானத்திற்குரிய இலட்சிய மனிதனுக்கெனச் சில இலக்கணங்களையும் அதில் சிபாரிசு செய்தார். ஆக மொத்தத்தில் பதினேழாம் நூற்றாண்டு பிரான்சு நாடு நேர்மையான மனிதனுக்கென்று சில இலக்கணங்களை வகுத்திருந்தது: அவன் சகலகலாவல்லவன், ஆயகலைகள் அறுபத்து நான்கினையும் அறிந்தவன். பிரபுக்கள் கூட்டத்தைச் சேர்ந்தவன், மேல்தட்டு மக்களுக்கு உரிய பண்புகளைத் தவறாமற்பெற்றவன். அவன் இருக்குமிடம், புழங்குமிடம் ஒளியூட்டப்பட்டது, பிரகாசிக்கும் தன்மையது. அவனுடைய நளினமான பாவங்களும் நேர்த்தியான உடையும், சுவைநயமிக்க பேச்சும், நுட்பமான செயல்களும் பிறர் கவனத்தைப் பெறுபவை. ஆக மொத்தத்தில் ஒரு

கூட்டத்தில் அல்லது பலரும் கூடியிருக்கிற சபையில் தன்னை முன்னிலைப்படுத்திக்கொள்ள விழைபவன். தன்னலத்திலும் பிறர் நலத்திலும் சேர்ந்தாற்போல அக்கறை செலுத்தும் மனிதன்.

பிரான்சு நாட்டின் பதினேழாம் நூற்றாண்டு பதினான்காம் லூயியின் நூற்றாண்டு என்றால் மிகையில்லை. 1638 தொடங்கி 1715 வரை அவர் ஆட்சி செய்ததாக வரலாறு சொல்கிறது. ஏற்கனவே கூறியிருந்ததைப் போல அவர் பட்டத்திற்கு வந்தபோது வயது ஐந்து. பதின்மூன்றாம் லூயியைப்போலவே தொடக்கத்தில் பிரதிநிதித்துவ ஆட்சி. இங்கும் மகனுக்குப் பதிலாக தாயின் ஆட்சி, ஆலோசகர் கார்டினல் மஸாரன். மஸாரன் வரிவிதிப்புமுறை கடுமையான எதிர்ப்பையும் சந்தித்தது, அதன்காரணமாக தாயும் மகனும் தங்கள் இருப்பிடத்தை பாரீஸ் வெர்ஸாய் பகுதிக்கு மாற்றிக்கொள்ள வேண்டியிருந்தது. பதினான்காம் லூயி உண்மையில் பட்டத்திற்கு வந்து 23 ஆண்டுகள் கழித்தே அரசு பொறுப்பேற்றார். அதாவது மஸாரன் இறப்பிற்குப் பின்னர். காலம் கடந்து அரசு பொறுப்பேற்றபோதும் ஆட்சி அதிகாரம் இரண்டிலும் தம் அடையாளத்தைப் பதிக்க அனைத்துவகையிலும் செயல்பட்டார். பிரான்சு நாட்டின் ஆட்சி பரப்பு ஐரோப்பாவில் மட்டுமின்றி, காலனி ஆதிக்கத்தின் மூலம் பிறநாடுகளிலும் காலூன்ற ஆரம்பித்தது. இந்தியாவில் பிரெஞ்சுக் காலனி ஆதிக்கம் உருவானதும் இவர் ஆட்சியின்போதுதான். உள்நாட்டிலும் ஊழல் பெருச்சாளிகளுக்கு எதிராக களையெடுப்பை நடத்தினார். அவருடைய அன்னையின் பிரதிநிதித்துவ ஆட்சியில் செல்வாக்குடனிருந்த நிதி அமைச்சர் ஃபூக்கே என்பவரைக் கைது செய்து சிறையில் அடைத்தார். இவர் காலத்தில் பிரெஞ்சுக் கலையும் இலக்கியமும் கடந்த காலத்தினும் பார்க்க பெரும் பாய்ச்சலைக் கண்டன.

பதினேழாம் நூற்றாண்டு கலை இலக்கியப் போக்கை முற்காலம் பிற்காலம் என இருவகையாகப் பிரிக்கலாம். இவ்விரண்டு பிரிவிலும் தடம் பதித்த ஆளுமைகள் என்கிறபோது ரெனே தெக்கார்த், பிலேஸ் பஸ்க்கால், லா ஃபோந்த்தேன், மொலியேர், புவாலோ, ராசீன் எனப் பல பெயர்களை நினைவுகூரமுடியும்.

அனைவருமே உலகப் புகழ்பெற்றவர்கள். இவர்களைத் தவிர இந்த நூற்றாண்டில் வழக்கிற்கு வந்த வரம்பற்ற சுதந்திரம் (Libertinage), தொன்மம்(le Classicisme), ழான்ழெனிஸம் (le Jansenisme) எனும் தீவிர சமயநம்பிக்கை,.போன்ற சொற்களையும் புரிந்துகொள்ளவேண்டும்.

கலைச்சொற்கள்

அ. கிளாஸிஸம் (Le Classicisme) என்ற சொல்லை 'antique' என்ற சொல்லோடு இணைத்து தொன்மம் எனப் பார்க்கும் வழக்கம் தமிழில் மட்டுமல்ல ஆங்கிலம், பிரெஞ்சு மொழிகளிலும் உள்ளது. ஆனால் கிளாசிஸம் சொல் முக்கியத்துவம் பெற்ற பதினேழாம் நூற்றாண்டில் அதில் ஓரளவிற்குத்தான், நியாயமுண்டு. முதலாவதாக 'Classicus' என்ற இலத்தீன் சொல்லுக்கு 'மேட்டுக்குடியினருக்குச் சொந்தமானது' எனப் பொருளாம். சமூகத்தில் மேன்மக்களின் நன்மதிப்பைப் பெறவேண்டி ஒருவித அழகியல் நெறியைத் தங்கள் படைப்புகளில் படைப்பாளர்களில் ஒரு சிலர் கடைப்பிடிக்கின்றனர். அந்த அழகியலின் பண்புகளாக இக்கிளாசிஸ்டுகள் தங்கள் கலை இலக்கியப் படைப்புகளில் முன்னெடுத்தவை :'ஒழுங்கு மற்றும் இசைவு', 'மேன்மை மற்றும் எளிமை', 'தெளிந்த சிந்தனை' மற்றும் பாரம்பர்யப் பண்பாட்டை உயர்த்திப்பிடித்தல். தவிர இப்பிரிவினர் தங்கள் முன்மாதிரியாக இலத்தீன் மற்றும் கிரேக்கப் படைப்பாளிகளையும் அவர்களின் படைப்புகளையும் எடுத்துக்கொண்டு, அதன் அடிப்படையில் மிகச்சிறந்த படைப்புகளை கிளாசிக் என அழைத்தனர்.

கிளாசிஸத்தை வரையறுக்க முயன்றவர் புவாலோ(Boileau) அவருடைய கவிதைக் கலை (Art poétique) கிளாசிஸத்தைக் கீழ்க்கண்ட வகையில் அடையாளப்படுத்துகிறது:

இலக்கியக் கலை என்பது மனிதர் இயல்பின் சாயல்.

சீர்மை என்பது உண்மை. உண்மையைக் கலை இலக்கியத்தில் கையாளுவதே மகிழ்ச்சி அளிக்க வல்லது.

நியாயமென்று உண்மையை ஏற்பது அது நம்பகத்திற்கு உரியதாக இருக்கிறபோதுதான்.

<u>ஆ. ழான்ழெனிஸம் *(le Jansenisme)*</u> *1640*-ல் கொர்னேலியுஸ் ஜான்ஸன் *(Cornelius Janson)* என்ற சமயகுரு (இலத்தீன் மொழியில் ழான்செனியுஸ் *(Jansénius))*, புனித அகுஸ்த்தின் பெயரால் *(Saint Augustin)* அகுஸ்த்னிஸ் *(Augusti-nus)* என்ற நூலை எழுதினார். நூல் முழுக்க புனித அகுஸ்த்தின் போதனைகளுக்கு முக்கியத்துவம் கொடுக்கப்பட்டிருந்தது. அதன் அடியொற்றி உருவானதே ழான்ஸெனிஸம். இவ்வியக்கத்தினர் போர்-ரொயாலை*(Port-Royal)* தலைமைப் பீடமாக அமைத்துக்கொண்டு செயல்பட்டனர். பதினாறாம் நூற்றாண்டில் புராட்டஸ்டண்ட் என்கிற சமய சீர்திருத்தம் கிறித்துவ மரபுக்கு எதிராகப் புதிய சிந்தனைக்கு வித்திட்டதைத் தொடர்ந்து அவ்வப்போது கத்தோலிக்க மதத்திற்குள்ளும் புனரமைப்புக்கு ஆதரவாக குரல்கள் எழுந்தன. புராட்டஸ்டண்ட்களைத் தீவிரமாக எதிர்த்த பதினேழாம் நூற்றாண்டில் செல்வாக்குடனிருந்த வரம்பற்ற சுதந்திர அபிமானிகளின் போக்கைக் கண்டித்த, மதச் சீர்திருத்தச் சிந்தனைகளை அனுமதிக்க விரும்பாத எதிர் சீர்திருத்தக் கருத்தியங்களில் *(Contre-Réforme)* ஒன்றாக ஜான்ழெனிஸத்தைக் கருதவேண்டும். மனிதர்கள் இயல்பிலேயே அறநெறி பிறழ்ந்தவர்கள் எனவே தேவனின் கருணையின்றி இரட்சிக்கப்பட சாத்தியமில்லை என ழான்ழெனிஸம் கூறியது. இப்போதனை மனிதர்களுக்கு நம்பிக்கை அளித்த இயேசு சபையினரின் கொள்கைக்கு எதிராக இருந்தது, இதனால் அப்போதைய பிரெஞ்சு அரசின் விரோதத்தையும் சம்பாதித்துக்கொண்டது. பாரீஸ் நகரம் முதலான முக்கிய பேராயர்களின் ஆதரவு இவ்வியக்கத்திற்குக் கிடைத்ததால் கத்தோலிக்க மதத்திற்குள் ஒரு சிறு பிரிவினரின் இயக்கமாகக் கருதவும் கூடாது. பதினேழாம் நூற்றாண்டில் பிரெஞ்சு அரசாங்கத்தை வழிநடத்திய கார்டினல் ரிஷ்லியெ*(Richelieu)*, அவர் இறப்பிற்குப் பின்னர் கார்டினல் மஸாரன்*(Maza-rin)* ஆகியோரின் பகைமையைச் சம்பாதித்துக்கொண்ட இயக்கம், எனவே அப்போதைய முடியாட்சியின் சமய கொள்கைக்கு எதிரானதொரு அரசியல் அமைப்பென்றும் இவ்வியக்கத்தினரைக் கருதலாம்.

இ. வரம்பற்ற சுதந்திர அபிமானிகள் *(Libertins)*: சமுதாயத்தின் பெருவாரியான மக்கள் அறம், ஒழுங்கு என்று கொண்டிருந்த நம்பிக்கைக்கு மாறாக சிந்தனை, செயல், புலன்கள் அனைத்திலும் வரம்பு மீறலை நெறியாகக் கொண்டிருந்த அமைப்பினர். இதன் உச்சமாக பதினெட்டாம் நூற்றாண்டு பாலுறவுகளில் கண்மூடித்தனமான அத்துமீறல்களுடன் முடிவுற்றது. Libertinage என்ற சொல்லுக்கு சமயம் மற்றும் சமூகநெறி மரபிலிருந்து விடுதலை அல்லது அதற்கான உரிமம் *(Licence de l'esprit en matière de pensée religieuse et mœurs)* என்று பொருள். பதினெட்டாம் நூற்றாண்டிலும் இக்கோட்பாடு செல்வாக்கினைப் பெற்றிருந்தபோதிலும், பதினேழாம் நூற்றாண்டு இதன் ஆரம்பம். மனிதர்களின் இயற்கைப் பண்பைத் தத்துவமாகக் கட்டமைக்க நடந்த முயற்சி. குறிப்பாக 1620ல் மேட்டுக்குடி இளைஞர்களைப் பெரிதும் கவர்ந்த இச்சிந்தனைகளை இலக்கியவெளிக்கு அழைத்துப் போனவர் தெயோஃபில் தெவியே *(Théophile de vieu)*. சமயத்திற்கு எதிரான கிளர்ச்சி, சமூக நெறிமீறல் இச்சுதந்திரச் சிந்தனையை வளர்த்தெடுக்க உதவின. தவிர பதின்மூன்றாம் மற்றும் பதினான்காம் லூயிகளின் தொடக்ககால பிரதிநிதித்துவ அரசியல் சூழலும் பிரபுக்கள் குடும்ப இளைஞர்களின் வரம்பற்ற போக்கிற்குக் காரணமாயின. இம்மனநிலை இலக்கியம், நாடகம் ஆகியவற்றிலும் எதிரொலித்தது. வரம்பற்ற சுதந்திர அபிமானிகளில் தவிர்க்கமுடியாத பெயர் பதினெட்டாம் நூற்றாண்டைச் சேர்ந்த மர்க்கி தெ சாது *(Marquis de Sade)* என உலகம் அறிந்த பிரான்சுவா தெ சாது.

ஈ. பிரெஸியஸ் *(Précieuse)* அல்லது பெருந்தகைப் பெண்கள்: பதினேழாம் நூற்றாண்டில் ராம் பூய்யே விடுதி அல்லது *Hôtel de Rem-bouillet* வில் இலக்கிய உரையாடலுக்கெனக் கூடும் மரபு உருவானது. அறிவுபூர்வமான இவ்வுரையாடலில் இலக்கியம், பண்பாடு, கலை முதலான விடயங்கள் விவாதிக்கப்பட்டன. மேட்டுக்குடிப் பெண்கள், கல்விமான்கள், கலை இலக்கிய அபிமானிகள் பங்கேற்றனர். இப்பெண்களே *'Précieuse'* என அழைக்கப்பட்டனர். நாகரிகமாக, நாசூக்காக, இன்னாததைத் தவிர்த்து, இனியதைச் சொற்களிலும் உரை பொருளிலும்

தேர்வு செய்தவர்கள். உயர்ந்த உள்ளமும் நல்லறிவும் கொண்ட ரம்பூய்யெ சீமாட்டி, நான்காம் ஹாரியின் அவையில் சில பிரபுக்களின் இழி நடத்தையில் வெறுப்புற்று அவர்களிடமிருந்து தங்களை வேறுபடுத்திக் காட்ட இதனை ஆரம்பித்து வைத்ததாகக் கூறப்படுகிறது. தமிழில் இடக்கரடக்கல் என்றொரு வழக்குண்டு. பொதுவிடத்தில், சபைகளில், பலர் முன்னிலையில் பேசும்பொழுது சிலசொற்களை வெளிப்படையாகக் கூறுவது நாகரிகமல்ல என்று கருதி மாற்று சொற்களை உபயோகிக்கும் மரபு. இப்பெண்மணிகளும் அவ்வாறே அநாகரிகம் எனக் கருதும் சொற்களுக்கு மாற்றுச் சொற்களைத் தங்கள் உரையாடலில் கையாண்டனர்.

நாடகம்

பிரான்சு நாட்டில் இன்று சின்னஞ்சிறு நகரங்களில்கூட ஓபேரா அரங்கு, நாடக அரங்கு, கலை நிகழ்ச்சி அரங்கு என உள்ளன. வாரம் தோறும் நிகழ்ச்சிகள் இருக்கின்றன. பெரிய நகரங்களில் இவ்வரங்குகளின் எண்ணிக்கையும் அதிகம். தொழில் முறை நாடகக் கலைஞர்களைத் தவிர்த்து, திரைப்பட நடிகர்களும் அவ்வப்போது நாடகங்களில் நடித்து வருகின்றனர். தங்கள் வாழ்நாளில் மேடையேறாத பிரெஞ்சு நடிகர் நடிகையை பிரெஞ்சுத் திரைப்பட உலகில் காண்பது அரிது.

தொடக்கத்தில் நாடகக்கலை உயர்மக்களுக்கானதல்ல என்ற கருத்து பிரெஞ்சு சமூகத்தில் இருந்தது. பதினேழாம் நூற்றாண்டின் முற்பகுதிவரை நாடகங்களை நடத்தியவர்கள் நாடோடி மக்கள். இவற்றின் பார்வையாளர்களாக இருந்தவர்கள் அடித்தட்டு மக்கள், போதிய கல்வி அறிவு பெறாதவர்கள். எனவே இந்நாடகப் படைப்புகள் மோசமான வசனங்கள், கீழ்த்தரமான உடல்மொழிகள் என்றிருந்தன. இந்நிலைமை பதினேழாம் நூற்றாண்டின் பிற்பகுதியில் மாறிற்று. கல்வியாளர்கள், அரசர் உட்பட பிரபுக்கள், அரசவையிலிருந்த மூத்த குடிமக்கள், கலை இலக்கிய அபிமானிகள் பார்வையாளர்கள் ஆனார்கள். இன்றளவும் நிலைமையில் மாற்றமில்லை.

வெகுகாலம் தொட்டே பிரெஞ்சு சமூகம் ஒழுக்கம், புதிர்,

மடமை, எள்ளல் ஆகியவற்றை மையப்பொருளாகக் கொண்ட விடயங்களை ஆராதிப்பதில் சோர்வுறாமல் இயங்கியவர்கள். மன்னர் அவைகளில் ஒரு பிரிவினரை, பிரச்சினைகளில்லா மனிதர்கள் என்ற பொருளில் *'Les enfants sans souci'* என்றே அழைத்தனர். இவர்களுடன் பேரார்வலர்கள் என்ற அமைப்பினர், தொழிலாளர்கள், குட்டி பூர்ஷ்வாக்கள்,தொழில்முறை சாரா நடிகர்கள் ஆகியோரும் இணைந்துகொண்டனர். சமூக ஒழுக்கம், மரபு இவற்றைக் கேலி செய்யும் அங்கத நாடகங்களில் இதற்கு முந்தைய நூற்றாண்டுகளுக்கு அனுபவங்கள் உண்டென்கிறபோதும், தீவிரமான நாடகங்கள் குறிப்பாக துன்பவியல் நாடகங்கள் அரங்கேறியதும், அரசு மற்றும் பெருவாரியான மக்களின் ஆதரவைப் பெற்றதும் பதினேழாம் நூற்றாண்டே. மொலியேர், பிலாந்த்ரூ போன்றவர்கள் தங்களுக்கென நாடகக் குழுவும் வைத்திருந்தனர். அரசு இவர்கள் நாடகங்களுக்குப் பயிற்றுப் பட்டறைகளையும் உள்ளரங்கங்களையும் தானமாக அளித்தது. எனினும் கிறித்துவமதத்தினர், (சீர்திருத்த சபையினர் உட்பட) நாடகத்துறையினரைச் சமூகத்திற்கு எதிரானவர்களாகப் பார்த்தனர். அவற்றை சமயம் மற்றும் சமூக நெறிகளுக்கு முரண்பட்டவையென கருதி, நாடகத்துறை சார்ந்தவர்களுக்கு சமயச் சடங்குகள் மறுக்கப்பட்டன. கல்லறையின் கதவைக்கூட அடைத்தார்கள், பாதிக்கப்பட்டவர்களில் மொலியேரும் ஒருவர்.

அ. பியர் கொர்னெய் *(Pierre Corneille)* 1606-1684

இலக்கிய அபிமானிகளால் அங்கீகரிக்கப்பட்டிராத மேடை நாடகங்களுக்கு முதன்முதலாக கலை வடிவம் தந்தவர் பியர் கொர்னெய். பிரெஞ்சுத் துன்பவியல் நாடகங்களின் தந்தையும் கூட. முதல் நாடகம் 1629ல் மேடையேற்றப்பட்டது. 16ம் நூற்றாண்டைச்சேர்ந்த அலெக்ஸாண்டர் ஹார்டிக்கு*(Alexanre Hardy)* இதை அர்ப்பணித்தார். கொர்னெய் என்றதும் நம் நினைவுக்கு வரக்கூடிய முதற்படைப்பு *'Cid'* அடுத்தது' *Pompée'*.

1637ல் ' *le Cid* ' மேடைக்கு வந்தது. இந்நாடகம் ருவான்*(Rouen)* பிரபு அவையைச் சேர்ந்த ஸ்பானிய வம்சாவளியினரான

ரோட்ரிக் தெ ஷலோன்*(Rodrigue de chalon)*பிரபு, ஸ்பெய்ன் நாட்டைச்சேர்ந்த கிய்யென் தெ காஸ்த்ரோ *(Guillén de Castro)* ஸ்பானிய மொழியில் எழுதிய இந்நாடகத்தை கொர்னெய்க்கு அறிமுகப்படுத்தியதாகவும், எனவேதான் கொர்னெய் பிரெஞ்சில் இந்தக் கவிதை நாடகத்தை எழுத முடிந்தது என்ற கதையுமுண்டு. ரொட்ரிக் தெ ஷலோன் அறிமுகப்படுத்தியது குறித்துச் சான்றுகள் இல்லை என்கிறார்கள். ஆனால் ஸ்பெய்ன் நாடக ஆசிரியர் கொர்னெய் தமது நாடகத்தைத் திருடியதாகக் குற்றம் சாட்டியிருக்கிறார். இப்பிரச்சினை தவிர, மெரே *(Mairet)* போன்ற நாடகத்துறை சார்ந்த சிலர் நாடகக் கலைக்கென உள்ள சிறப்பு அம்சங்களை கொர்னெய் பின்பற்றவில்லையென தூற்றவும் செய்தனர். பதின்மூன்றாம் லூயி அரசின் செல்வாக்குமிக்க கார்டினல் ரிஷ்லியெவின் ஆதரவும் கொர்னெய் எதிரிகளுக்கு ஆரம்பத்தில் கிடைத்தது. இப்பிரச்சினையால் மூன்றாண்டுகாலம் சோர்வுற்றிருந்த கொர்னெய் 1740-ல் புத்துணர்வுபெற்றவராய் மீண்டும் நாடக உலகிற்கு வருகிறார். தொடர்ந்து இரண்டு ஆண்டுகள், எழுதப்பட்ட நாடகங்கள் அனைத்திற்கும் வெற்றியும் புகழும் பெருமளவிற்குக் குவிந்தன. இதற்கிடையில் பிரெஞ்சு அகாதெமிக்கு உறுப்பினராகவும் ஆனார். எனினும் 1650ல் எழுதப்பட்ட நாடகம் தோல்வியைத் தழுவ, மொழிபெயர்ப்பொன்றில் கவனம் செலுத்துகிறார். பின்னர் பிரெஞ்சு நாடகத்துறையில் ராசின் *(Racine)* என்ற இளைஞரின் வரவு அவரது புகழை மங்கச் செய்தது எனலாம். கொர்னெய்யுடைய சமகாலத்தவரான லா ப்ருய்யேர் *(La Bruère)*, மனிதர்கள் எப்படி இருக்கவேண்டுமோ அப்படி அவர்களைப் படைத்தவர் என கொர்னெய்பற்றிக் கூறுகிறார்.

ஆ. ராசின் (Jean Racine) -1639-1699

ழான் ராசின் என்கிற ராசின் இந்த நூற்றாண்டின் மற்றுமொரு புகழ்பெற்ற நாடக ஆசிரியர். மிகவும் இளையவயதில் பெற்றோர்களை இழந்தவர். தொடக்கத்தில் கவிதைகளை மட்டுமே எழுதிவந்தவர். இவருடைய முதல் துன்பவியல் படைப்பு *La Thébaïde*. இந்நாடகத்தில் மொலியேர் நடித்துள்ளார்.

மொலியேருக்கும் இவருக்குமான ஆரம்பகால நட்பு பின்னர் கசந்தது. ராசின் எழுதிய இரண்டாவது நாடகம் மகா அலெக்சாந்தர். இநாடகத்தை மொலியேர் நாடகக்குழு மேடையேற்ற சம்மதம் பெற்றது. ஆனால் அதனை அவர்கள் சரியாகச் செய்யவில்லை என்று ராசினுக்கு வருத்தம். இக்கோபம் இருவர் விரிசலுக்கும் காரணமாயிற்று. ராசினுக்குப் புகழ் தேடித்தந்த நாடகம் *Phèdre*. கி.பி 1667லிருந்து தொடர்ந்து பத்தாண்டுகள் ராசின் எழுதிய நாடகங்கள் அவருக்குப் புகழைத் தந்தன. பிரெஞ்சு அகாதெமி உறுப்பினர் ஆகும் வாய்ப்பு இவருக்கும் அமைந்தது. இவருடைய நாடகங்களில் முக்கியமானவை: *Andrmaque, Britannicus Bérénice, Bajazet* முதலியன. மனிதர்கள் எப்படி இருக்கிறார்களோ அப்படி படைக்கிறவர் என ராசினை புருய்யேர் மதிப்பிட்டுள்ளார்.

இ. மொலியேர் ((1622–1673)

மொலியேர் *(Molière)* என அழைக்கப்பட்ட ழான் பப்திஸ்த் பொக்லியன் *(Jean-Baptiste Poquelin)*, பிரெஞ்சு நாடக உலகில் முக்கியமானவர். இன்றளவும் பிரெஞ்சு நாடகக் கலை விருதுகள் இவர் பெயராலேயே வழங்கப்படுகின்றன. எழுத்து இயக்கம் நடிப்பு என நாடகத்தின் அச்சாணியாகச் செயல்பட்டவர். நாடகத்திற்காகக் கடன்பட்டு அதனை அடைக்க முடியாது சிறையிலிருந்த அனுபவமும் அவருக்குண்டு. புகழ்சேர்த்த முதல் நாடகம் *Les Précieuses ridicules* (1659). இவரது நாடகங்களுக்கு நாட்டின் பெருவாரியான மக்களிடமிருந்து கிடைத்த ஆதரவைக் கண்ட அரசர் இரண்டு நாடக அரங்குகளை நன்கொடையாக அளித்தார். இவ்வரங்கங்களில் மேடையேற்றப்பட்ட நாடகங்கள் தொடர்ந்து வெற்றியை அளித்தன. எனினும் 1664ல் மேடையேறிய '*Tar-tuffe*'ம் 1665ல் மேடைகண்ட '*Don Juan*'ம் அரசாங்கத்தின் விரோதத்தைச் சம்பாதித்துக்கொடுத்தன. எனினும் அரசர் தனிப்பட்டவகையில் மொலியேரின் நாடகங்களுக்கு தமது ஆதரவைத் தந்தார். கி.பி 1673ஆம் ஆண்டு காச நோயினால் இறக்கும்வரை நாடகங்கள் எழுதுவதையும் அவற்றில் நடிப்பதையும் நிறுத்தியவரல்ல. நகை முரணாக அவர்

மேடையேறிய இறுதி நாடகத்தின் பெயர் Le Malade imaginaire (பாசாங்கு நோயாளி). மனைவியை இழந்த கணவன், இரண்டாவது மணம் புரிந்துகொள்கிறான். ஆரோக்கியமாக இருக்கிறபோதும் தானொரு நோயாளி என சந்தேகித்து வாழ்பவன். பணிப்பெண் யோசனையின் பேரில் இறந்ததாக நடிக்கும்போதுதான் இரண்டாம் மனைவியைப் புரிந்துகொள்ள முடிகிறது. மருத்துவர்களை எள்ளலுடன் கண்டிக்கும் நாடகம்.

கவிதை, ஓவியம் உரைநடை

பொதுவாக ஒரு நாட்டின் வாழ்க்கைத் தரம், பொருளாதாரம், அரசியல், சமூக அமைப்பு இவை அனைத்தையும் முழுமையாக விளங்கிக்கொள்ள அக்காலகட்டத்தின் கலை இலக்கியச் சான்றுகளைக் காட்டிலும் வேறு சாட்சியங்கள் இருக்க முடியா.

அ. இலக்கிய விவாத அரங்குகள்

இந்நூற்றாண்டில் கலை இலக்கியங்கள் பெருமளவில் தழைத்தோங்கியமைக்கு, அரசைப் போன்றே நாட்டின் பெரும் செல்வந்தர்கள், உயர்குடிமக்கள் ஆகியோர் ஆதரவும் கலை இலக்கியத்துறை ஆர்வலர்களுக்கு கிடைத்தது. பிரபுக்களைப்போலவே அவர்களின் துணைவியரும் இவ்வளர்ச்சிக்கு உதவினர். அவர்கள் அவற்றில் புதிய ஓவியங்கள், நூல்கள் பற்றிய கருத்துகள் பரிமாறிக்கொள்ளப்பட்டன, விமர்சனங்கள் வைக்கப்பட்டன. உரைநடைகளை, கவிதை நூல்களை, ஒருவர் வாசிக்க பிறர் அமர்ந்து பொறுமையுடனும் ஆர்வத்துடனும் செவிமடுத்தார்கள். உதாரணமாக மதாம் ராம்பூய்யெ கூட்டிய இலக்கிய அவையில் ரீஷ்லியெ, மாலெர்ப் முதலானோர் கலந்துகொண்டனர். 1620-1625 வரை இச்சீமாட்டியின் இலக்கிய மண்டபம் மிகவும் சுறுசுறுப்பாக இயங்கியது. அவ்வாறே மத்மஸல் ஸ்குய்தேரி என்ற சீமாட்டி ஏற்பாடு செய்திருந்த இலக்கிய அவையும் 1652-1661 ஆண்டுகளில் பெரும் பங்களிப்பை நல்கியது.

ஆ. கவிதைகள்

கவிதைக்கு அடிப்படை ஏனைய கலைகளைப்போலவே உணர்வு, மனக்கிளர்ச்சி, கற்பனைத் திறன், கருத்து ஆகியவை. ஆகையால் இசை, ஓவியம் நடனம் ஆகியவற்றையெல்லாங்கூட கவிதையாகப் பார்க்கும் மனப்போக்கு அந்நாளில் இருந்தது. அந்நாளில் நாடகங்கள் அனைத்தும் கவிதை வடிவிலே இருந்தனவென்பதை நீங்கள் அறிவீர்கள்.

பிரான்சுவா தெ மலெர்ப்
(François de Malherbe 1556-1628)

17 ஆம் நூற்றாண்டு கவிஞர்களில் பிரான்சுவா தெ மாலெர்ப் முக்கியமானவர். பரோக், கிளாசிக் இருவகை தாக்கமும் இவருடைய கவிதைகளில் இருந்தன. நான்காம் ஹாரியின் மனைவியும் பதின்மூன்றாம் லூயியின் தாயுமான மரி தெ மெடிசியைப் போற்றும் வகையில் கி.பி 1600ல் எழுதிவெளிவந்த 'A la Reine' கவிதை பெரும்புகழை ஈட்டித் தந்தது. ஆனால் இவருடைய கவிதைகளில் இன்றளவும் கொண்டாடப்படும் 'Les larmes de Saint Pierre' இத்தாலி நாட்டு கவிஞர் 'Luigi Tan-sillo' வின் கவிதையின் நகல் என்ற குற்றச்சாட்டு உண்டு. எனினும் பிரெஞ்சுக் கவிதை உலகிற்கு அடித்தளமிட்டவர் மலெர்ப்.

ழான் தெ லாஃபோந்த்தேன்
(Jean de la Fontaine 1621-1695)

இந் நூற்றாண்டின் மற்றுமொரு முக்கியமான கவிஞர். நாற்பது வயதுக்குமேல் கவிதை எழுதத் தொடங்கி உலகப்புகழ்பெற்றவர். மொலியேர், ராசின் போல் நாடகங்களை எழுத இவர் கவிதையைப் பயன்படுத்தவில்லை. மலெர்ப் போல் உணர்ச்சிகளை வெளிப்படுத்தவும் இவர் கவிதை எழுத உட்கார்ந்தவரல்ல. லாஃபோந்த்தேன் கவிதைகள் 'Fable' எனும் நீதிக்கதைகள் வகைசார்ந்தவை, விலங்குகளை கதைமாந்தர்களாகப் பயன்படுத்தி, அவற்றினைக்கொண்டு மனிதர்களுக்கு நீதியை அங்கதச் சுவையுடன் போதித்தார்.

ஆ. ஓவியங்கள்

இந்நூற்றாண்டு ஓவியங்களின் முக்கியப்பண்புகள்: கண்களை உறுத்தாத வண்ணங்கள், ஆர்ப்பாட்டமற்ற அமைதியான காட்சிகள், ஒளி. சமயம் மற்றும் பழங்கதைகளின் தாக்கம். லெ நேன் சகோதரர்கள் *(Les frères le Nain)*, மூார்ழ் துமெனில் *(George du mesnil de la Four)* நிக்கோலா பூஸ்ஸன்*(Nicolas Poussin)* ,பியர் போல் ரூபன் *(Pierre paul Rubans)* ஆகியோர் ஓவியர்களில் குறிப்பிடத்தக்கவர்கள்.

இ. உரைநடை இலக்கியம்

ரெனெ தெக்கார்த் *(René Descartes 1596 -1656)*

தத்துவவாதிகளில் ரெனெ தெக்கார்த் தனித்துவம் பெற்றவர். ரெனே வாழ்க்கையைத் தத்துவத்தின் வாழ்க்கை என ஒப்பிட முடியும். அவருடைய வரலாறு ஒரு நூற்றாண்டுகால சிந்தனையின் வரலாறு. தத்துவத்தோடு, கணிதம், இயற்பியல் மூன்றிலும் புகழடைந்தவர். இளம் வயதிலேயே வெளியுலகம் குறித்த நினைவின்றி நாள்முழுக்க சிந்தனைவயப்பட்டவராக வீட்டிலும் பள்ளியிலும் இருந்துள்ளார். இதன் காரணமாக குட்டி தத்துவவாதி எனப்பெயரிட்டு குடும்பத்தினர் அழைத்திருக்கிறார்கள். பள்ளிக் கல்வியை முடித்த போது புத்தகங்களும் பாடமுறையும் ஏமாற்றத்தை அளித்தனவாம். ‘உலகப் புத்தக வாசிப்பும்’ ஏமாற்றத்தை அளிக்க, சொந்த வாழ்க்கையையே ஒரு புதிராக அமைத்துக்கொண்டு தேடலைத் தொடங்குகிறார். தேசாந்திரியாக ஜெர்மன், இத்தாலி, ஹாலந்து, என்று அலைகிறார். இயற்கையையும் மனிதர்களையும் நிறைய படித்தார். 1637ம் ஆண்டில் அவருடைய அறிவியல் மற்றும் தத்துவக் கட்டுரைகள் *(Discours de la Méthode, la Dioptrique,les Mééores et la Géo-métrie)* வெளிவந்த போது, பிரெஞ்சு சிந்தனை உலகில் மட்டுமின்றி உலகெங்கும் பெரும் புயலைக் கிளப்பியது. தெக்கார்த் தன்னை அறிந்த, நன்குணர்ந்த கருத்தாவாக *(Sujet connaissant)* உலகின் உண்மைகளைக் கண்டவர். சிந்திக்கிறேன், எனவே இருக்கிறேன்!

என்ற அவருடைய சிந்தனை விவாதத்திற்குரியது. கலிலியோ புவிமைய வாதத்தினர் ஆதரவுடன் தண்டிக்கப்பட்டபோது *(1633)*, தமக்கும் அப்படியொரு பிரச்சினை வரக்கூடாது என்பதற்காக எச்சரிக்கையுடன், தம்முடைய *« Traité du monde et de la lumière(The World) »* என்ற நூலை வெளியிடத் தயக்கம் காட்டினார் என்கிறார்கள்.

பிலேஸ் பஸ்க்கால் (Blaise Pascal 1623 –1662)

தெக்கார்த்தைப் போலவே அறிவியல் தத்துவம் இரண்டிலும் மேதை, கூடுதலாக ஆன்மிகத்தில் கூடுதல் ஈடுபாடு. இளம் வயதிலேயே சாதித்தவர். அறிவியல், ஆன்மிகம் இரண்டிலும் அளவற்ற ஞானம் என்கிறபோதும், மரணத்தை வெல்ல இரண்டுமே உதவவில்லை. இளம் அறிவியலறிஞராக கணிதத் துறையில் வீழ்ப்பு வடிவ இயல் *(Projective geometry)* மற்றும் நிகழ்தகவு கணிப்புமுறைகளை*(Probability theory)* அறிமுகப்படுத்தினார். இயற்பியல் துறையில் காற்றழுத்தம், வெற்றிடம் தொடர்பான ஆய்வுகளை மேற்கொண்டு, கோட்பாடுகளை உருவாக்கினார். வரி வசூலிக்கும் பணியில் ஈடுபட்டிருந்த தந்தை ஒவ்வொரு நாளும் கணக்கெழுதுவதற்குபடும் வேதனைகளைக் கண்டுமுதல் எண்கணித கணிப்பானை வடிவமைத்தபோது அவருக்கு வயது 19. பஸ்க்கால் என்றவுடன் நாம் கவனத்திற்கொள்ளவேண்டிய படைப்புகள் ஒன்று பாமரனுக்கு *(provinciales)*, மற்றது சிந்தனைகள் *(Pensées)*.

★★★

நாகரத்தினம் கிருஷ்ணா

பிரான்சில் வசித்துவரும் புதுச்சேரியைச் சேர்ந்த எழுத்தாளர். சமூகவியலில் முதுகலை, பிரெஞ்சு – ஆங்கிலம் மொழிபெயர்ப்பில் டிப்ளமா பெற்றவர். பிரெஞ்சு இலக்கியத்தில் ஆர்வம் கொண்டவர்.

தமிழில் ஏழு நாவல்கள், ஓர் அறிவியல் சிறுகதைத் தொகுப்பு உட்பட ஐந்து சிறுகதை தொகுப்புகள், பத்து கட்டுரை நூல்கள், மொழிபெயர்ப்பில் பிரெஞ்சிலிருந்து தமிழில் எட்டு நூல்களும், தமிழிலிருந்து பிரெஞ்சுக்கு அம்பைச் சிறுகதைகளையும், பல தமிழ் எழுத்தாளர்களின் கதைகளையும் பிரெஞ்சு மொழியில் அறிமுகப்படுத்திவருகிறார்.

இவருடைய நாவல்கள் நீலக்கடல், கிருஷ்ணப்ப நாயக்கர் கௌமுதி இரண்டும் தமிழக அரசின் பரிசினைப் பெற்றுள்ளன. மாத்தாஹரி கு. சின்னப்ப பாரதி அறக்கட்டளை விருதையும் பெற்றுள்ளன. இவருடைய நாவல்கள் மாத்தாஹரி, பிரெஞ்சிலும், இறந்தகாலம் பிரெஞ்சு மற்றும் ஆங்கிலத்திலும், ஒரு சிறுகதை தொகுப்பு பிரெஞ்சு மொழியிலும் வந்துள்ளன.